Algorithm Mastery: Basics and Advanced Strategies in Programming

படிநிலை தேர்ச்சி: நிரலாக்கத்தில் அடிப்படைகள் மற்றும் மேம்பட்ட உத்திகள்

Anika Sharma

Copyright © [2023]

Author: Anika Sharma

Title: Algorithm Mastery: Basics and Advanced Strategies in Programming

This book is a self-published work by the author Anika Sharma

ISBN:

TABLE OF CONTENTS

Chapter 5: Case Studies and Real-World Applications 91

- Applying algorithms to solve real-world problems (e.g., search engines, social networks, recommendation systems)

- Optimizing code for performance and efficiency

- Choosing the right algorithm for the task at hand

- Ethical considerations and implications of algorithms

- Future trends and advancements in algorithmic development

TABLE OF CONTENTS

- தரவு கட்டமைப்புகள் மற்றும் அல்கோரித செயல்திறன் மீதான அவற்றின் தாக்கம் (வரிசைகள், இணைக்கப்பட்ட பட்டியல்கள், அடுக்குகள், வரிசைக் கோடுகள், மரங்கள், வரைபடங்கள்)

- கட்டுப்பாட்டு ஓட்ட அறிக்கைகள் மற்றும் சுழல்கள் (if-else, switch, while, for)

- மீள்சுழற்சி அல்கோரிதங்கள் மற்றும் அவற்றின் பயன்பாடுகள்

- அடிப்படை வரிசைப்படுத்துதல் அல்கோரிதங்கள் (குமிழி வரிசைப்படுத்தல், தேர்வு வரிசைப்படுத்தல், செருகல் வரிசைப்படுத்தல், ஒன்றிணைப்பு வரிசைப்படுத்தல், விரைவான வரிசைப்படுத்தல்)

- அடிப்படை தேடல் அல்கோரிதங்கள் (நேரியல் தேடல், பைனரி தேடல்)

- பேராசை அல்கோரிதங்கள் மற்றும் மாறும் நிரலாக்கம்

- பிரித்தல் மற்றும் வெற்றி அல்கோரிதங்கள் (ஒன்றிணைப்பு வரிசைப்படுத்தல், விரைவான வரிசைப்படுத்தல்)

- வரைபட அல்கோரிதங்கள் (அகல-முதலில் தேடல், ஆழம்-முதலில் தேடல், Dijkstra's அல்கோரிதம்)

- ஹேஷிங் மற்றும் மோதல் தீர்வு நுட்பங்கள்

- பின்தொடர்தல் அல்கோரிதங்கள் மற்றும் அவற்றின் பயன்பாடுகள்

- சர சூழ்ச்சி அல்கோரிதங்கள் (KMP அல்கோரிதம்)

- தோராய அல்கோரிதங்கள் மற்றும் யுரிஸ்டிக்ஸ்

- சீரற்ற அல்கோரிதங்கள் மற்றும் Monte Carlo முறைகள்

- கிளை மற்றும் கட்டுப்படுத்தப்பட்ட அல்கோரிதங்கள்

- இணையான மற்றும் பகிர்ந்தளிக்கப்பட்ட அல்கோரிதங்கள்

- இயந்திர கற்றல் அல்கோரிதங்கள் மற்றும் அவற்றின் அடிப்படை கொள்கைகள்

- நிஜ உலக சிக்கல்களைத் தீர்க்க அல்கோரிதங்களைப் பயன்படுத்துதல் (எ.கா., தேடுபொறிகள், சமூக வலைப்பின்னல்கள், பரிந்துரை அமைப்புகள்)

- செயல்திறன் மற்றும் செயல்திறனுக்காக குறியீட்டை மேம்படுத்துதல்

- பணியிடத்திற்கான சரியான அல்கோரிதத்தைத் தேர்ந்தெடுப்பது

- அல்கோரிதங்களின் நெறிமுறை பரிசீலனைகள் மற்றும் தாக்கங்கள்

- அல்கோரித வளர்ச்சியில் எதிர்கால போக்குகள் மற்றும் முன்னேற்றங்கள்

Chapter 1: Introduction to Algorithms
அத்தியாயம் 1: அல்கோரிதம் அறிமுகம்

அல்கோரிதம் என்றால் என்ன?

அல்கோரிதம் என்பது ஒரு குறிப்பிட்ட இலக்கை அடைய தேவையான படிப்படியான வழிமுறையாகும். இது ஒரு சிக்கலை தீர்க்க அல்லது ஒரு பணியை முடிக்க பயன்படுத்தப்படலாம். அல்கோரிதம்கள் பொதுவாக கணினியியல் மற்றும் கணிதம் ஆகியவற்றில் பயன்படுத்தப்படுகின்றன, ஆனால் அவை பிற துறைகளிலும் பயன்படுத்தப்படலாம்.

அல்கோரிதம்களின் சில பொதுவான எடுத்துக்காட்டுகள் பின்வருமாறு:

- ஒரு உணவகக் கொள்கையை கணக்கிடுவதற்கான வழிமுறை

- ஒரு வரைபடத்தை உருவாக்குவதற்கான வழிமுறை

- ஒரு பக்கத்தை அச்சிடுவதற்கான வழிமுறை

அல்கோரிதம்கள் பின்வரும் பண்புகளைக் கொண்டிருக்க வேண்டும்:

- நன்கு வரையறுக்கப்பட்டவை: அல்கோரிதம் எவ்வாறு செயல்படுகிறது என்பதை தெளிவாகக் கூற வேண்டும்.

- முடிவுடையவை: அல்கோரிதம் முடிவற்ற காலத்திற்கு செல்லக்கூடாது.

- பொதுமைப்படுத்தக்கூடியவை: அல்கோரிதம் வெவ்வேறு உள்ளீடுகளுக்கு பயன்படுத்தப்பட வேண்டும்.

- செயல்திறன்: அல்கோரிதம் விரைவாக முடிக்கப்பட வேண்டும்.

அல்கோரிதம்கள் பொதுவாக பின்வரும் பகுதிகளைக் கொண்டிருக்கின்றன:

- துவக்கநிலை: அல்கோரிதம் தொடங்கும் நிலை.

- படிகள்: அல்கோரிதம் எவ்வாறு செயல்படுகிறது என்பதை விளக்கும் படிநிலைகள்.

- முடிவு: அல்கோரிதம் முடிக்கும் நிலை.

அல்கோரிதம்களை வடிவமைப்பது மற்றும் செயல்படுத்துவது ஒரு சிக்கலான செயல்முறையாகும். ஒரு அல்கோரிதம் சரியானதாக இருந்தால், அது கொடுக்கப்பட்ட சிக்கலை திறம்பட தீர்க்க வேண்டும்.

அல்கோரிதம்களின் வரலாறு

அல்கோரிதம்களின் வரலாறு மிகவும் பழமையானது. பண்டைய எகிப்தியர்கள் மற்றும் கிரேக்கர்கள் கணித சிக்கல்களை தீர்க்க அல்கோரிதம்களைப் பயன்படுத்தினர். 17 ஆம் நூற்றாண்டில், பிரெஞ்சு கணிதமேதை டிரித்ரே அல்கோரிதம்களின் ஒரு முறையான கோட்பாட்டை உருவாக்கினார்.

20 ஆம் நூற்றாண்டில், கணினியியலின் எழுச்சி அல்கோரிதம்களின் பயன்பாட்டை பெரிதும் விரிவுபடுத்தியது. கணினிகள் அல்கோரிதம்களைப் பயன்படுத்தி சிக்கலான கணக்கீடுகளை விரைவாகச் செய்ய முடியும்.

அல்கோரிதம்களின் வகைகள்

அல்கோரிதம்கள் பல வகைகளாகப் பிரிக்கப்படுகின்றன. அவற்றில் சில பொதுவான வகைகள் பின்வருமாறு:

- தீர்மானிக்கும் அல்கோரிதம்கள்: இந்த அல்கோரிதம்கள் எப்போதும் ஒரு முடிவுக்கு வருகின்றன.

- தீர்மானிக்க முடியாத அல்கோரிதம்கள்: இந்த அல்கோரிதம்கள் எப்போதும் ஒரு முடிவுக்கு வராது.

- பூச்சிக்கொல்லி அல்கோரிதம்கள்: இந்த அல்கோரிதம்கள் சிக்கலை தீர்க்க ஒரு

குறிப்பிட்ட எண்ணிக்கையிலான படிகளை மட்டுமே எடுக்கின்றன.

- உகந்த அல்கோரிதம்கள்: இந்த அல்கோரிதம்கள் சிக்கலை தீர்க்க மிகவும் திறமையான வழியைக் கண்டறியும்.

அல்கோரிதம்களின் பயன்பாடு

அல்கோரிதம்கள் பல்வேறு துறைகளில் பயன்படுத்தப்படுகின்றன. சில பொதுவான பயன்பாடுகள் பின்வருமாறு:

- கணினி அறிவியல்: அல்கோரிதம்கள் கணினியியலின் அடிப்படை கருத்தாகும். அவை மென்பொருள் பயன்பாடுகள், கணினி அமைப்புகள் மற்றும் செயற்கை நுண்ணறிவு ஆகியவற்றில் பயன்படுத்தப்படுகின்றன.

- கணிதம்: அல்கோரிதம்கள் கணித சிக்கல்களை தீர்க்கப் பயன்படுத்தப்படுகின்றன. அவற்றைப் பயன்படுத்தி எண்கணிதம், வடிவவியல், பகுப்பாய்வு மற்றும் பிற கணிதப் பிரிவுகளில் பணிகளைச் செய்யலாம்.

அல்கோரிதம் வகைகள்

அல்கோரிதம்கள் பல வகைகளாகப் பிரிக்கப்படுகின்றன. அவற்றில் சில பொதுவான வகைகள் பின்வருமாறு:

- வரிசைப்படுத்துதல் அல்கோரிதம்கள்: இந்த அல்கோரிதம்கள் பட்டியலில் உள்ள கூறுகளை ஒரு குறிப்பிட்ட வரிசையில் வரிசைப்படுத்தப் பயன்படுத்தப்படுகின்றன. பொதுவான வரிசைப்படுத்துதல் அல்கோரிதம்கள் பின்வருமாறு:

    - குறுகிய இணைப்பு: இந்த அல்கோரிதம் பட்டியலை இரண்டாகப் பிரித்து, பின்னர் ஒவ்வொரு பகுதியையும் தனிமைப்படுத்தப்பட்ட முறையில் படிப்படியாக வரிசைப்படுத்துகிறது.

    - பெரிய இணைப்பு: இந்த அல்கோரிதம் பட்டியலை இரண்டாகப் பிரித்து, பின்னர் ஒவ்வொரு பகுதியையும் தனிமைப்படுத்தப்பட்ட முறையில் படிப்படியாக வரிசைப்படுத்துகிறது. இருப்பினும், குறுகிய இணைப்பு அல்கோரிதத்திலிருந்து வேறுபட்ட வழிமுறையைப் பயன்படுத்துகிறது.

- சோர்ட்: இந்த அல்கோரிதம் பட்டியலை இரண்டாகப் பிரித்து, பின்னர் ஒவ்வொரு பகுதியையும் தனிமைப்படுத்தப்பட்ட முறையில் படிப்படியாக வரிசைப்படுத்துகிறது. ஒவ்வொரு பகுதியையும் வரிசைப்படுத்த, சோர்ட் அல்கோரிதம் ஒரு புள்ளியிலிருந்து தொடங்கி, பிற புள்ளிகளை அதை விட சிறியதா அல்லது பெரியதா என்பதை சோதிக்கும்.

  - குவியல் வரிசைப்படுத்துதல்: இந்த அல்கோரிதம் பட்டியலை ஒரு குவியல் அமைப்பாக மாற்றுகிறது. பின்னர், குவியல் இருந்து கூறுகளை ஒவ்வொன்றாக அகற்றி, பட்டியலை வரிசைப்படுத்துகிறது.

- தேடல் அல்கோரிதம்கள்: இந்த அல்கோரிதம்கள் ஒரு பட்டியலில் ஒரு குறிப்பிட்ட கூறை கண்டுபிடிக்கப் பயன்படுத்தப்படுகின்றன. பொதுவான தேடல் அல்கோரிதம்கள் பின்வருமாறு:

  - லினியர் தேடல்: இந்த அல்கோரிதம் பட்டியலை தொடக்கேத்திலிருந்து முடிவு வரை ஒரு குறிப்பிட்ட கூறைத் தேடுகிறது.

- இருப்பு தேடல்: இந்த அல்கோரிதம் பட்டியலை இரண்டாகப் பிரித்து, பின்னர் ஒவ்வொரு பகுதியிலும் குறிப்பிட்ட கூறை தேடுகிறது.

  - பகுத்தறிவு தேடல்: இந்த அல்கோரிதம் பட்டியலின் ஒரு புள்ளியிலிருந்து தொடங்கி, குறிப்பிட்ட கூறை கண்டறியும் வரை பட்டியலை மேலே அல்லது கீழே நகர்த்துகிறது.

  - இலை தேடல்: இந்த அல்கோரிதம் ஒரு மரத்தில் ஒரு குறிப்பிட்ட கூறை கண்டுபிடிக்கப் பயன்படுத்தப்படுகிறது.

- வரைபட அல்கோரிதம்கள்: இந்த அல்கோரிதம்கள் வரைபடங்களில் பல்வேறு செயல்பாடுகளைச் செய்யப் பயன்படுத்தப்படுகின்றன. பொதுவான வரைபட அல்கோரிதம்கள் பின்வருமாறு:

  - வழி தேடல்: இந்த அல்கோரிதம் ஒரு வரைபடத்தில் ஒரு புள்ளியிலிருந்து மற்றொரு புள்ளிக்கு வழியைக் கண்டறியப் பயன்படுத்தப்படுகிறது.

  - தொலைவு கணக்கிடுதல்: இந்த அல்கோரிதம் இரண்டு புள்ளிகளுக்கு

இடையிலான தொலைவைக் கணக்கிடப் பயன்படுத்தப்படுகிறது.

- சுற்றளவு கணக்கிடுதல்: இந்த அல்கோரிதம் ஒரு சுற்றளவைக் கணக்கிடப் பயன்படுத்தப்படுகிறது.

இவை அல்கோரிதம்களின் சில பொதுவான வகைகள். பல்வேறு பயன்பாடுகளுக்கு ஏற்ற பல பிற வகையான அல்கோரிதம்கள் உள்ளன.

பெரிய O குறியீடு மற்றும் சிக்கலான பகுப்பாய்வு

அல்கோரிதம்களின் செயல்திறனை அளவிட பெரிய O குறியீடு பயன்படுத்தப்படுகிறது. பெரிய O குறியீடு என்பது ஒரு அல்கோரிதம் ஒரு குறிப்பிட்ட உள்ளீட்டிற்கு எவ்வளவு நேரம் எடுக்கும் என்பதற்கான ஒரு மதிப்பீடு ஆகும்.

பெரிய O குறியீடு என்பது ஒரு கிரேக்க எழுத்து O. ஒரு அல்கோரிதம் ஒரு குறிப்பிட்ட உள்ளீட்டிற்கு n உறுப்புகளைக் கொண்டிருந்தால், அதன் பெரிய O குறியீடு n இன் ஒரு செயல்பாடாக எழுதப்படுகிறது. எடுத்துக்காட்டாக, ஒரு அல்கோரிதம் n^2 உறுப்புகளைக் கொண்ட ஒரு பட்டியலை வரிசைப்படுத்த $10n^2 + 5n$ செயல்களைச் செய்தால், அதன் பெரிய O குறியீடு $O(n^2)$ ஆகும்.

பெரிய O குறியீட்டின் சில பொதுவான வகைகள் பின்வருமாறு:

* லினியர் நேரம் ($O(n)$): ஒரு அல்கோரிதம் ஒரு குறிப்பிட்ட உள்ளீட்டிற்கு n உறுப்புகளைக் கொண்டிருந்தால், அதன் பெரிய O குறியீடு $O(n)$ ஆகும். இந்த அல்கோரிதம் ஒவ்வொரு உறுப்பையும் ஒரே ஒரு முறை மட்டுமே செயலாக்குகிறது.

- குவைய நேரம் (O(n^2)): ஒரு அல்கோரிதம் ஒரு குறிப்பிட்ட உள்ளீட்டிற்கு n உறுப்புகளைக் கொண்டிருந்தால், அதன் பெரிய o குறியீடு O(n^2) ஆகும். இந்த அல்கோரிதம் ஒவ்வொரு உறுப்பையும் மற்ற ஒவ்வொரு உறுப்பையும் ஒப்பிடுகிறது.

- குவைய நேரம் (O(n^3)): ஒரு அல்கோரிதம் ஒரு குறிப்பிட்ட உள்ளீட்டிற்கு n உறுப்புகளைக் கொண்டிருந்தால், அதன் பெரிய o குறியீடு O(n^3) ஆகும். இந்த அல்கோரிதம் ஒவ்வொரு உறுப்பையும் மற்ற ஒவ்வொரு உறுப்பையும் மற்றும் மற்றொரு உறுப்பையும் ஒப்பிடுகிறது.

- லாக்ரிதமிச் நேரம் (O(log n)): ஒரு அல்கோரிதம் ஒரு குறிப்பிட்ட உள்ளீட்டிற்கு n உறுப்புகளைக் கொண்டிருந்தால், அதன் பெரிய o குறியீடு O(log n) ஆகும். இந்த அல்கோரிதம் ஒவ்வொரு உறுப்பையும் அதன் முக்கியத்துவம் அல்லது அதன் வரிசையின் அடிப்படையில் செயலாக்குகிறது.

- நிலையான நேரம் (O(1)): ஒரு அல்கோரிதம் ஒரு குறிப்பிட்ட உள்ளீட்டிற்கு n உறுப்புகளைக் கொண்டிருந்தாலும், அதன் பெரிய o குறியீடு O(1) ஆகும். இந்த அல்கோரிதம் உள்ளீட்டின் அளவைப் பொறுத்து மாறாத நேரத்தை எடுக்கிறது.

சிக்கலான பகுப்பாய்வு என்பது ஒரு அல்கோரிதம் ஒரு குறிப்பிட்ட உள்ளீட்டிற்கு எவ்வளவு நேரம் எடுக்கும் என்பதை மதிப்பீடு செய்வதற்கான ஒரு செயல்முறை ஆகும். சிக்கலான பகுப்பாய்வு மூலம், ஒரு அல்கோரிதம் ஒரு குறிப்பிட்ட பயன்பாட்டிற்கு ஏற்றதா இல்லையா என்பதை தீர்மானிக்கலாம்.

சிக்கலான பகுப்பாய்வு மூலம் பின்வரும் கேள்விகளுக்கு பதிலளிக்கலாம்:

- ஒரு அல்கோரிதம் ஒரு குறிப்பிட்ட உள்ளீட்டிற்கு எவ்வளவு நேரம் எடுக்கும்?

- ஒரு அல்கோரிதம் ஒரு குறிப்பிட்ட உள்ளீட்டிற்கு வேகமாக அல்லது மெதுவாக இருக்கும் அல்கோரிதம் எது?

- ஒரு அல்கோரிதம் ஒரு குறிப்பிட்ட உள்ளீட்டிற்கு எவ்வளவு வளங்களைப் பயன்படுத்தும்?

சிக்கலான பகுப்பாய்வு பின்வரும் இரண்டு முக்கிய படிகளை உள்ளடக்கியது:

- அல்கோரிதம் செயல்திறனின் அடிப்படை பகுப்பாய்வு: இந்த படிநிலையில், அல்கோரிதம் ஒவ்வொரு கட்டத்திலும் எவ்வளவு நேரம் எடுக்கும் என்பதை தீர்மானிக்கப்படுகிறது.

- பெரிய o குறியீட்டைப் பயன்படுத்தி அல்கோரிதம் செயல்திறனின் மதிப்பீடு: இந்த படிநிலையில், அல்கோரிதம் செயல்திறனின் அடிப்படை பகுப்பாய்வு முடிவுகள் பெரிய o குறியீட்டைப் பயன்படுத்தி மதிப்பீடு செய்யப்படுகின்றன.

செயல்திறன் மற்றும் உகந்ததாக்கல் கரு

கணினி அறிவியலில், செயல்திறன் என்பது ஒரு அல்கோரிதம் அல்லது மென்பொருள் அமைப்பு எவ்வளவு வேகமாக செயல்படுகிறது என்பதைக் குறிக்கிறது. உகந்ததாக்கல் என்பது ஒரு அல்கோரிதம் அல்லது மென்பொருள் அமைப்பின் செயல்திறனை மேம்படுத்தும் செயல்முறையாகும்.

செயல்திறன் என்பது ஒரு முக்கியமான கருத்து, ஏனெனில் இது மென்பொருளின் பயனர் அனுபவத்தை பாதிக்கும். மெதுவான செயல்திறன் கொண்ட மென்பொருள் பயனர்களை எரிச்சலூட்டலாம் மற்றும் அவர்களின் வேலையை முடிக்க நேரம் எடுத்துக்கொள்ளலாம்.

உகந்ததாக்கல் என்பது ஒரு சவாலான செயல்முறையாகும், ஏனெனில் இது அல்கோரிதம் அல்லது மென்பொருள் அமைப்பின் அடிப்படை கட்டமைப்பை மாற்றலாம். இருப்பினும், உகந்ததாக்கல் மூலம் குறிப்பிடத்தக்க செயல்திறன் மேம்பாடுகளை அடைய முடியும்.

செயல்திறனை மேம்படுத்துவதற்கான பல வழிமுறைகள் உள்ளன. சில பொதுவான வழிமுறைகள் பின்வருமாறு:

- அல்கோரிதத்தை மேம்படுத்துதல்: ஒரு அல்கோரிதம் எவ்வாறு செயல்படுகிறது என்பதை மேம்படுத்துவதன் மூலம் செயல்திறனை மேம்படுத்தலாம். எடுத்துக்காட்டாக, ஒரு வரிசைப்படுத்துதல் அல்கோரிதத்தை மேம்படுத்துவதன் மூலம், பட்டியலை வரிசைப்படுத்துவதற்கான நேரத்தைக் குறைக்கலாம்.

- மென்பொருள் கட்டமைப்பை மேம்படுத்துதல்: மென்பொருள் கட்டமைப்பை மேம்படுத்துவதன் மூலம் செயல்திறனை மேம்படுத்தலாம். எடுத்துக்காட்டாக, மென் பொருளை மறுசீரமைப்பதன் மூலம், அதன் செயல்திறனை மேம்படுத்தலாம்.

- பயன்படுத்தும் வளங்களைக் குறைத்தல்: மென்பொருள் பயன்படுத்தும் வளங்களைக் குறைப்பதன் மூலம் செயல்திறனை மேம்படுத்தலாம். எடுத்துக்காட்டாக, மென் பொருளின் நினைவைப் பயன்படுத்துவதைக் குறைப்பதன் மூலம், அதன் செயல்திறனை மேம்படுத்தலாம்.

உகந்ததாக்கல் என்பது ஒரு தொடர்ச்சியான செயல்முறையாகும். மென்பொருள் மேம்படுத்தப்படும் போது, அதன் செயல்திறனை மேம்படுத்தவும் வேண்டும். உகந்ததாக்கல் மூலம்,

மென்பொருளின் செயல்திறனை மேம்படுத்தலாம் மற்றும் பயனர்களுக்கு சிறந்த அனுபவத்தை வழங்கலாம்.

செயல்திறன் மற்றும் உகந்ததாக்கல் கருவை கணினி அறிவியலில் பயன்படுத்தும் சில எடுத்துக்காட்டுகள் பின்வருமாறு:

- **கணினி அமைப்புகளின் செயல்திறனை மேம்படுத்த உகந்ததாக்கல் பயன்படுத்தப்படுகிறது. எடுத்துக்காட்டாக, செயலிகளின் செயல்திறனை மேம்படுத்த உகந்ததாக்கல் பயன்படுத்தப்படுகிறது.

- **மென்பொருள் அமைப்புகளின் செயல்திறனை மேம்படுத்த உகந்ததாக்கல் பயன்படுத்தப்படுகிறது. எடுத்துக்காட்டாக, இணைய உலாவிகளின் செயல்திறனை மேம்படுத்த உகந்ததாக்கல் பயன்படுத்தப்படுகிறது.

- **தரவுத்தளங்களின் செயல்திறனை மேம்படுத்த உகந்ததாக்கல் பயன்படுத்தப்படுகிறது. எடுத்துக்காட்டாக, பெரிய தரவுத்தளங்களில் தேடல்களை மேம்படுத்த உகந்ததாக்கல் பயன்படுத்தப்படுகிறது.

செயல்திறன் மற்றும் உகந்ததாக்கல் கரு என்பது கணினி அறிவியலில் ஒரு முக்கியமான கருத்தாகும். இந்த கருவை புரிந்துகொள்வது மென்பொருள் டெவலப்பர்களுக்கு தங்கள்

மென்பொருளின் செயல்திறனை மேம்படுத்த உதவும்.

பல்வேறு துறைகளில் அல்கோரிதங்களின் பயன்பாடுகள்

அல்கோரிதம் என்பது ஒரு குறிப்பிட்ட இலக்கை அடைய தேவையான படிப்படியான வழிமுறையாகும். அல்கோரிதம்கள் பல்வேறு துறைகளில் பயன்படுத்தப்படுகின்றன, மேலும் அவை நமது வாழ்க்கையை எளிதாக்குகின்றன.

கணினி அறிவியலில் அல்கோரிதங்களின் பயன்பாடுகள்

கணினி அறிவியலில், அல்கோரிதம்கள் மென்பொருள் அமைப்புகள், கணினி அமைப்புகள் மற்றும் தரவுத்தளங்களில் பயன்படுத்தப்படுகின்றன. எடுத்துக்காட்டாக, ஒரு வரிசைப்படுத்துதல் அல்கோரிதம் பட்டியலை வரிசைப்படுத்தப் பயன்படுத்தப்படுகிறது, ஒரு தேடல் அல்கோரிதம் ஒரு பட்டியலில் ஒரு குறிப்பிட்ட கூறைக் கண்டுபிடிக்கப் பயன்படுத்தப்படுகிறது, மற்றும் ஒரு தரவுத்தள அணுகல் அல்கோரிதம் தரவுத்தளத்திலிருந்து தரவை அணுகவும் செயலாக்கவும் பயன்படுத்தப்படுகிறது.

கணிதத்தில் அல்கோரிதங்களின் பயன்பாடுகள்

கணிதத்தில், அல்கோரிதம்கள் எண்கணிதம், வடிவவியல், பகுப்பாய்வு மற்றும் பிற கணிதப் பிரிவுகளில் பயன்படுத்தப்படுகின்றன.

எடுத்துக்காட்டாக, ஒரு வகுத்தல் அல்கோரிதம் ஒரு எண்ணை மற்றொரு எண்ணால் வகுக்கப் பயன்படுத்தப்படுகிறது, ஒரு திசையன் கால்குலஸ் அல்கோரிதம் ஒரு திசையன் பண்புகளைக் கணக்கிடப் பயன்படுத்தப்படுகிறது, மற்றும் ஒரு பகுத்தறிவு ஈருறுப்பு அல்கோரிதம் ஒரு பகுத்தறிவு ஈருறுப்பின் மதிப்புகளைக் கணக்கிடப் பயன்படுத்தப்படுகிறது.

இயற்பியலில் அல்கோரிதங்களின் பயன்பாடுகள்

இயற்பியலில், அல்கோரிதம்கள் இயற்பியல் சமன்பாடுகளைத் தீர்க்கப் பயன்படுத்தப்படுகின்றன. எடுத்துக்காட்டாக, ஒரு நியூட்டனிய ஈர்ப்பு அல்கோரிதம் ஒரு பொருளின் இயக்கத்தை கணக்கிடப் பயன்படுத்தப்படுகிறது, ஒரு மின்காந்தவியல் அல்கோரிதம் ஒரு மின்காந்த புலத்தை கணக்கிடப் பயன்படுத்தப்படுகிறது, மற்றும் ஒரு குவாண்டம் இயற்பியல் அல்கோரிதம் குவாண்டம் இயற்பியல் நிகழ்வுகளை கணக்கிடப் பயன்படுத்தப்படுகிறது.

பொறியியலில் அல்கோரிதங்களின் பயன்பாடுகள்

பொறியியலில், அல்கோரிதம்கள் பல்வேறு வகையான பொறியியல் பயன்பாடுகளில் பயன்படுத்தப்படுகின்றன. எடுத்துக்காட்டாக,

ஒரு வடிவமைப்பு அல்கோரிதம் ஒரு பொருளை வடிவமைக்கப் பயன்படுத்தப்படுகிறது, ஒரு உற்பத்தி அல்கோரிதம் ஒரு பொருளை உற்பத்தி செய்யப் பயன்படுத்தப்படுகிறது, மற்றும் ஒரு கட்டுப்பாடு அல்கோரிதம் ஒரு அமைப்பை கட்டுப்படுத்துவது பயன்படுத்தப்படுகிறது.

பிற துறைகளில் அல்கோரிதங்களின் பயன்பாடுகள்

அல்கோரிதம்கள் பிற துறைகளிலும் பயன்படுத்தப்படுகின்றன, இதில் பொருளாதாரம், உளவியல், மருத்துவம் மற்றும் சமூகவியல் ஆகியவை அடங்கும். எடுத்துக்காட்டாக, ஒரு பொருளாதார அல்கோரிதம் பொருளாதார மாதிரியை உருவாக்கப் பயன்படுத்தப்படுகிறது, ஒரு உளவியல் அல்கோரிதம் மனித நடத்தையைப் புரிந்துகொள்ளப் பயன்படுத்தப்படுகிறது, ஒரு மருத்துவ அல்கோரிதம் நோயைக் கண்டறியப் பயன்படுத்தப்படுகிறது, மற்றும் ஒரு சமூகவியல் அல்கோரிதம் சமூக நடத்தையைப் புரிந்துகொள்ளப் பயன்படுத்தப்படுகிறது.

அல்கோரிதங்களின் முக்கியத்துவம்

அல்கோரிதம்கள் நமது வாழ்க்கையை எளிதாக்குவதில் முக்கிய பங்கு வகிக்கின்றன. அவை பல்வேறு துறைகளில்

பயன்படுத்தப்படுகின்றன, மேலும் அவை நமது உலகத்தை சிறப்பாக மாற்ற உதவுகின்றன.

அல்கோரிதங்களின் சில குறிப்பிட்ட பயன்பாடுகளின் எடுத்துக்காட்டுகள் பின்வருமாறு:

- இணையத்தில், அல்கோரிதம்கள் தேடல் முடிவுகளைத் தீர்மானிக்க, பரிந்துரைக்கப்பட்ட உள்ளடக்கத்தை வழங்க மற்றும் ஊடுருவல்களைக் கண்டறியப் பயன்படுத்தப்படுகின்றன.

- **கணினி விளையாட்டுகளில், அல்கோரிதம்கள் எதிரிகள் மற்றும் இயற்கை சூழலைக் கட்டுப்படுத்தப் பயன்படுத்தப்படுகின்றன.

Chapter 2: Algorithmic Building Blocks
அத்தியாயம் 2: அல்கோரித திறன் தொகுதிகள்

தரவு கட்டமைப்புகள் மற்றும் அல்கோரித செயல்திறன் மீதான அவற்றின் தாக்கம்

தரவு கட்டமைப்புகள் என்பது தரவை சேமிப்பதற்கான அமைப்புகள் ஆகும். அல்கோரிதம்கள் என்பது ஒரு குறிப்பிட்ட இலக்கை அடைய தேவையான படிப்படியான வழிமுறைகள் ஆகும். தரவு கட்டமைப்புகள் மற்றும் அல்கோரிதம்கள் ஒருவருக்கொருவர் இணைக்கப்பட்டவை, ஏனெனில் ஒரு குறிப்பிட்ட அல்கோரிதம் ஒரு குறிப்பிட்ட தரவு கட்டமைப்பில் சிறப்பாக செயல்படும்.

தரவு கட்டமைப்புகள் அல்கோரித செயல்திறனை எவ்வாறு பாதிக்கின்றன என்பதைப் புரிந்துகொள்வதற்கு, சில பொதுவான தரவு கட்டமைப்புகளைப் பற்றிய ஒரு சுருக்கத்தை நாம் முதலில் பார்க்க வேண்டும்.

வரிசைகள்

வரிசைகள் என்பது தரவை ஒரு குறிப்பிட்ட வரிசையில் சேமிக்கும் தரவு கட்டமைப்புகள் ஆகும். வரிசைகளில், ஒவ்வொரு கூறும் ஒரு குறிப்பிட்ட குறியீட்டுடன் சேமிக்கப்படுகிறது.

வரிசைகளின் சில பொதுவான எடுத்துக்காட்டுகள் பின்வருமாறு:

- செயல்பாட்டு மொழிகளில் உள்ள பட்டியல்கள்

- நிரலாக்க மொழிகளில் உள்ள அட்டவணைகள்

- கணினி அமைப்புகளில் உள்ள செயல்முறைகள்

இணைக்கப்பட்ட பட்டியல்கள்

இணைக்கப்பட்ட பட்டியல்கள் என்பது தரவை ஒரு தொடர்ச்சியான புள்ளிகளில் சேமிக்கும் தரவு கட்டமைப்புகள் ஆகும். இணைக்கப்பட்ட பட்டியல்களில், ஒவ்வொரு கூறும் அடுத்த கூறுக்கு ஒரு குறியீட்டுடன் இணைக்கப்பட்டுள்ளது. இணைக்கப்பட்ட பட்டியல்களின் சில பொதுவான எடுத்துக்காட்டுகள் பின்வருமாறு:

- கணினி அமைப்புகளில் உள்ள பட்டியல்கள்

- இணையத்தில் உள்ள இணைப்புகள்

- சமூக வலைப்பின்னல்களில் உள்ள நபர்கள்

அடுக்குகள்

அடுக்குகள் என்பது தரவை ஒரு படிநிலை அமைப்பில் சேமிக்கும் தரவு கட்டமைப்புகள் ஆகும். அடுக்கில், ஒவ்வொரு கூறும் ஒரு

குறிப்பிட்ட பெற்றோர் கூறுடன் இணைக்கப்பட்டுள்ளது. அடுக்கின் சில பொதுவான எடுத்துக்காட்டுகள் பின்வருமாறு:

- கணினி அமைப்புகளில் உள்ள கோப்புகள் மற்றும் கோப்புறைகள்
- நிறுவனங்களில் உள்ள ஊழியர்கள்
- இயற்கையில் உள்ள உயிரினங்கள்

வரிசைக் கோடுகள்

வரிசைக் கோடுகள் என்பது தரவை ஒரு ஒழுங்கமைக்கப்பட்ட அமைப்பில் சேமிக்கும் தரவு கட்டமைப்புகள் ஆகும். வரிசைக் கோட்டில், ஒவ்வொரு கூறும் ஒரு குறிப்பிட்ட குறியீட்டுடன் சேமிக்கப்படுகிறது, மேலும் அந்த குறியீடு வரிசையில் உள்ள ஒவ்வொரு கூறின் குறியீட்டையும் விட சிறியதாகவோ அல்லது சமமாகவோ இருக்கும். வரிசைக் கோட்டின் சில பொதுவான எடுத்துக்காட்டுகள் பின்வருமாறு:

- கணினி அமைப்புகளில் உள்ள செயல்முறைகள்
- இணையத்தில் உள்ள உள்ளடக்கம்
- சமூக வலைப்பின்னல்களில் உள்ள புதிய உள்ளடக்கம்

மரங்கள்

மரங்கள் என்பது தரவை ஒரு படிநிலை அமைப்பில் சேமிக்கும் தரவு கட்டமைப்புகள் ஆகும். மரத்தில், ஒவ்வொரு கூறும் ஒரு குறிப்பிட்ட பெற்றோர் கூறுடன் இணைக்கப்பட்டுள்ளது. மேலும், ஒவ்வொரு கூறும் ஒரு குறிப்பிட்ட எண்ணிக்கையிலான குழந்தை கூறுகளைக் கொண்டிருக்கலாம். மரத்தின் சில பொதுவான எடுத்துக்காட்டுகள் பின்வருமாறு:

- கணினி அமைப்புகளில் உள்ள கோப்புகள் மற்றும் கோப்புறைகள்

- நிறுவனங்களில் உள்ள ஊழியர்கள் மற்றும் துறைகள்

- இயற்கையில் உள்ள உயிரினங்கள் மற்றும் அவற்றின் உறவுகள்

வரைபடங்கள்

வரைபடங்கள் என்பது தரவை ஒரு இணைப்பு அமைப்பில் சேமிக்கும் தரவு கட்டமைப்புகள் ஆகும். வரைபடத்தில், ஒவ்வொரு கூறும் ஒரு குறிப்பிட்ட குறியீட்டுடன் சேமிக்கப்படுகிறது. மேலும், ஒவ்வொரு கூறும் ஒரு குறிப்பிட்ட எண்ணிக்கையிலான இணைப்புகளைக் கொண்டிருக்கலாம்.

கட்டுப்பாட்டு ஓட்ட அறிக்கைகள் மற்றும் சுழல்கள்

கணினி நிரலாக்கத்தில், கட்டுப்பாட்டு ஓட்ட அறிக்கைகள் மற்றும் சுழல்கள் என்பது செயல்பாடுகளின் வரிசையைக் கட்டுப்படுத்தப் பயன்படுத்தப்படும் கருவிகளாகும்.

கட்டுப்பாட்டு ஓட்ட அறிக்கைகள்

கட்டுப்பாட்டு ஓட்ட அறிக்கைகள் என்பது ஒரு செயல்பாட்டின் வரிசையை ஒரு குறிப்பிட்ட நிலைமை அல்லது நிபந்தனையின் அடிப்படையில் மாற்றுவதற்காகப் பயன்படுத்தப்படுகின்றன. கட்டுப்பாட்டு ஓட்ட அறிக்கைகளின் சில பொதுவான எடுத்துக்காட்டுகள் பின்வருமாறு:

- if-else அறிக்கை: if-else அறிக்கை என்பது இரண்டு செயல்பாடுகளில் ஒன்று மட்டுமே செயல்படும் வகையில் ஒரு நிலைமையைச் சோதிக்கப் பயன்படுகிறது.

- switch அறிக்கை: switch அறிக்கை என்பது பல செயல்பாடுகளில் ஒன்று மட்டுமே செயல்படும் வகையில் ஒரு குறியீட்டைச் சோதிக்கப் பயன்படுகிறது.

if-else அறிக்கை

if-else அறிக்கை என்பது இரண்டு செயல்பாடுகளில் ஒன்று மட்டுமே செயல்படும் வகையில் ஒரு நிலைமையைச் சோதிக்கப் பயன்படுகிறது. if-else அறிக்கையின் பொதுவான வடிவம் பின்வருமாறு:

```
if (நிலைமை) {
  செயல்பாடு 1;
} else {
  செயல்பாடு 2;
}
```

இந்த எடுத்துக்காட்டில், நிலைமை என்பது ஒரு உண்மையான அல்லது பொய்யான மதிப்பு ஆகும். நிலைமை உண்மையானதாக இருந்தால், செயல்பாடு 1 செயல்படும். நிலைமை பொய்யானதாக இருந்தால், செயல்பாடு 2 செயல்படும்.

எடுத்துக்காட்டு:

```
int x = 10;

if (x > 5) {
  System.out.println("x 5-ஐ விட பெரியது.");
} else {
  System.out.println("x 5-ஐ விட சிறியது அல்லது சமம்.");
}
```

இந்த எடுத்துக்காட்டில், x இன் மதிப்பு 10 ஆகும். x > 5 என்பது உண்மையான மதிப்பு ஆகும். எனவே,

செயல்பாடு 1 செயல்படும், மேலும் "x 5-ஐ விட பெரியது." என்று பதிப்பு வெளியிடப்படும்.

switch அறிக்கை

switch அறிக்கை என்பது பல செயல்பாடுகளில் ஒன்று மட்டுமே செயல்படும் வகையில் ஒரு குறியீட்டைச் சோதிக்கப் பயன்படுகிறது. switch அறிக்கையின் பொதுவான வடிவம் பின்வருமாறு:

```
switch (குறியீடு) {
  case மதிப்பு 1:
    செயல்பாடு 1;
    break;
  case மதிப்பு 2:
    செயல்பாடு 2;
    break;
  ...
  default:
    செயல்பாடு n;
}
```

இந்த எடுத்துக்காட்டில், குறியீடு என்பது சோதிக்கப்படும் ஒரு குறியீடு ஆகும். குறியீடு குறிப்பிட்ட மதிப்பிற்கு சமமாக இருந்தால், செயல்பாடு 1 செயல்படும். குறியீடு குறிப்பிட்ட மதிப்பிற்கு சமமாக இல்லாதபோது, break கட்டளை செயல்படும், மேலும் switch அறிக்கையின் செயல் நிறுத்தப்படும்.

எடுத்துக்காட்டு:

```java
int x = 1;

switch (x) {
  case 1:
    System.out.println("x 1 ஆகும்.");
    break;
  case 2:
    System.out.println("x 2 ஆகும்.");
    break;
  default:
    System.out.println("x 1 அல்லது 2 ஆக இல்லை.");
}
```

இந்த எடுத்துக்காட்டில், x இன் மதிப்பு 1 ஆகும். x == 1 என்பது உண்மையான மதிப்பு ஆகும். எனவே, செயல்பாடு 1 செயல்படும், மேலும் "x 1 ஆகும்." என்று பதிப்பு வெளியிடப்படும்.

மீள்சுழற்சி அல்கோரிதங்கள் மற்றும் அவற்றின் பயன்பாடுகள்

கணினி அறிவியலில், மீள்சுழற்சி என்பது ஒரு அல்கோரிதத்தின் ஒரு பகுதியை மீண்டும் மீண்டும் செயலாக்கும் செயல்முறை ஆகும். மீள்சுழற்சி அல்கோரிதங்கள் என்பது ஒரு குறிப்பிட்ட இலக்கை அடைய மீண்டும் மீண்டும் ஒரு செயல்பாட்டைச் செய்வதன் மூலம் செயல்படுகின்றன.

மீள்சுழற்சி அல்கோரிதங்களின் சில பொதுவான எடுத்துக்காட்டுகள் பின்வருமாறு:

- வரிசைகளை வரிசைப்படுத்துவதற்கான மீள்சுழற்சி அல்கோரிதம்

- ஒரு பட்டியலில் ஒரு குறிப்பிட்ட கூறைக் கண்டுபிடிப்பதற்கான மீள்சுழற்சி அல்கோரிதம்

- ஒரு வரைபடத்தில் ஒரு வழியைக் கண்டுபிடிப்பதற்கான மீள்சுழற்சி அல்கோரிதம்

மீள்சுழற்சி அல்கோரிதங்களின் பயன்பாடுகள்

மீள்சுழற்சி அல்கோரிதங்கள் பல்வேறு பயன்பாடுகளில் பயன்படுத்தப்படுகின்றன. சில பொதுவான பயன்பாடுகள் பின்வருமாறு:

- தரவுத்தளங்களில் தேடல்கள்

- இணையத்தில் உள்ளடக்கத்தைப் பகிர்தல்
- கணினி விளையாட்டுகளில் செயல்திறன்

மீள்சுழற்சி அல்கோரிதங்களின் நன்மைகள்

மீள்சுழற்சி அல்கோரிதங்களின் சில நன்மைகள் பின்வருமாறு:

- அவை சிக்கலான பணிகளைச் செய்ய உதவும்
- அவை நேரத்தைச் சேமிக்க உதவும்
- அவை குறியீட்டை சுருக்கமாக எழுத உதவும்

மீள்சுழற்சி அல்கோரிதங்களின் தீமைகள்

மீள்சுழற்சி அல்கோரிதங்களின் சில தீமைகள் பின்வருமாறு:

- அவை பகுப்பாய்வு செய்ய கடினமாக இருக்கலாம்
- அவை செயல்திறனைப் பாதிக்கலாம்

மீள்சுழற்சி அல்கோரிதங்களின் வகைகள்

மீள்சுழற்சி அல்கோரிதங்கள் பல வகைகளாகப் பிரிக்கப்படுகின்றன. சில பொதுவான வகைகள் பின்வருமாறு:

- நிபந்தனையற்ற மீள்சுழற்சி: இந்த வகை மீள்சுழற்சியில், சுழல் எப்போதும் செயல்படும்.

- நிபந்தனையுடன் மீள்சுழற்சி: இந்த வகை மீள்சுழற்சியில், சுழல் ஒரு குறிப்பிட்ட நிபந்தனையைப் பொறுத்து செயல்படும்.

- புள்ளியியல் மீள்சுழற்சி: இந்த வகை மீள்சுழற்சியில், சுழல் ஒரு குறிப்பிட்ட நிகழ்தகவு விநியோகத்தை அடிப்படையாகக் கொண்டது.

மீள்சுழற்சி அல்கோரிதங்களைப் பயன்படுத்தும்போது கவனிக்க வேண்டியவை

மீள்சுழற்சி அல்கோரிதங்களைப் பயன்படுத்தும்போது சில முக்கிய விஷயங்களை கவனத்தில் கொள்ள வேண்டும். சில முக்கிய விஷயங்கள் பின்வருமாறு:

- சுழலின் முடிவு நிலையை தீர்மானிக்கவும்

- சுழலின் செயல்திறனைப் பகுப்பாய்வு செய்யவும்

- சுழலைப் பயன்படுத்துவதற்கான சரியான சூழ்நிலையைத் தேர்ந்தெடுக்கவும்

மீள்சுழற்சி அல்கோரிதங்கள் கணினி அறிவியலில் ஒரு முக்கியமான கருத்தாகும். அவை பல்வேறு பயன்பாடுகளில்

பயன்படுத்தப்படுகின்றன, மேலும் அவற்றை சரியான முறையில் பயன்படுத்துவது முக்கியம்.

42

அடிப்படை வரிசைப்படுத்துதல் அல்கோரிதங்கள்

கணினி அறிவியலில், வரிசைப்படுத்துதல் என்பது ஒரு பட்டியலை அதன் கூறுகளின் மதிப்பின் அடிப்படையில் ஒழுங்குபடுத்தும் செயல்முறை ஆகும். வரிசைப்படுத்துதல் அல்கோரிதம் என்பது ஒரு பட்டியலை வரிசைப்படுத்துவது எப்படி என்பதைக் குறிக்கும் ஒரு படிப்படியான வழிமுறையாகும்.

அடிப்படை வரிசைப்படுத்துதல் அல்கோரிதங்கள் என்பது வரிசைப்படுத்துதல் அல்கோரிதங்களின் ஒரு குழு ஆகும், அவை எளிமையானவை மற்றும் எளிதில் புரிந்துகொள்ளக்கூடியவை. அடிப்படை வரிசைப்படுத்துதல் அல்கோரிதங்கள் பொதுவாக சிறிய பட்டியல்களுக்குப் பயன்படுத்தப்படுகின்றன.

அடிப்படை வரிசைப்படுத்துதல் அல்கோரிதங்களின் சில எடுத்துக்காட்டுகள் பின்வருமாறு:

- குமிழி வரிசைப்படுத்தல்
- தேர்வு வரிசைப்படுத்தல்
- செருகல் வரிசைப்படுத்தல்
- ஒன்றிணைப்பு வரிசைப்படுத்தல்
- விரைவான வரிசைப்படுத்தல்

குமிழி வரிசைப்படுத்தல்

குமிழி வரிசைப்படுத்தல் என்பது ஒரு எளிய வரிசைப்படுத்துதல் அல்கோரிதம் ஆகும், இது ஒரு பட்டியலை இரண்டு பகுதிகளாகப் பிரிக்கிறது: ஒன்று சரியாக வரிசைப்படுத்தப்பட்டது, மற்றொன்று சரியாக வரிசைப்படுத்தப்படவில்லை. குமிழி வரிசைப்படுத்தல் பின்வரும் படிகளைப் பின்பற்றுகிறது:

1. பட்டியலின் முதல் இரண்டு கூறுகளை ஒப்பிடுங்கள்.

2. இரண்டாவது கூறு முதல் கூறை விட சிறியதாக இருந்தால், அவற்றை இடமாற்றவும்.

3. பட்டியலின் முதல் இரண்டு கூறுகளை ஒப்பிடுவதை இரண்டாவது கூறு பட்டியலின் இறுதியில் இருக்கும் வரை மீண்டும் செய்யவும்.

4. பட்டியலின் முதல் கூறு முதல் கூறை விட சிறியதாக இருந்தால், அவற்றை இடமாற்றவும்.

5. பட்டியலின் முதல் கூறு பட்டியலின் இறுதியில் இருக்கும் வரை படி 4ஐ மீண்டும் செய்யவும்.

குமிழி வரிசைப்படுத்தல் ஒரு நிலையான நேர அல்கோரிதம் ஆகும், அதாவது அதன்

செயல்திறன் பட்டியலின் அளவைப் பொறுத்து மாறாது. இருப்பினும், குமிழி வரிசைப்படுத்தல் பொதுவாக மற்ற வரிசைப்படுத்துதல் அல்கோரிதங்களை விட மெதுவாக செயல்படுகிறது.

தேர்வு வரிசைப்படுத்தல்

தேர்வு வரிசைப்படுத்தல் என்பது ஒரு எளிய வரிசைப்படுத்துதல் அல்கோரிதம் ஆகும், இது பட்டியலின் மிகக் குறைந்த மதிப்பைக் கொண்ட கூறைக் கண்டுபிடித்து அதை பட்டியலின் தொடக்கத்தில் வைக்குகிறது. தேர்வு வரிசைப்படுத்தல் பின்வரும் படிகளைப் பின்பற்றுகிறது:

1. பட்டியலின் முதல் கூறை மிகக் குறைந்த மதிப்புக் கொண்ட கூறாகக் கருதவும்.

2. பட்டியலின் மீதமுள்ள கூறுகளைப் பார்க்கவும்.

3. மிகக் குறைந்த மதிப்புக் கொண்ட கூறைக் கண்டறியவும்.

4. இரண்டாவது கூறை மிகக் குறைந்த மதிப்புக் கொண்ட கூறுடன் இடமாற்றவும்.

5. படி 3 மற்றும் 4ஐ பட்டியலின் இறுதியில் இருக்கும் வரை மீண்டும் செய்யவும்.

தேர்வு வரிசைப்படுத்தல் ஒரு நிலையான நேர அல்கோரிதம் ஆகும், அதாவது அதன்

செயல்திறன் பட்டியலின் அளவைப் பொறுத்து மாறாது. இருப்பினும், தேர்வு வரிசைப்படுத்தல் பொதுவாக குமிழி வரிசைப்படுத்தலை விட மெதுவாக செயல்படுகிறது.

அடிப்படை தேடல் அல்கோரிதங்கள்

கணினி அறிவியலில், தேடல் என்பது ஒரு பட்டியலில் ஒரு குறிப்பிட்ட கூறைக் கண்டுபிடிக்கும் செயல்முறை ஆகும். தேடல் அல்கோரிதம் என்பது ஒரு பட்டியலில் ஒரு குறிப்பிட்ட கூறைக் கண்டுபிடிப்பது எப்படி என்பதைக் குறிக்கும் ஒரு படிப்படியான வழிமுறையாகும்.

அடிப்படை தேடல் அல்கோரிதங்கள் என்பது தேடல் அல்கோரிதங்களின் ஒரு குழு ஆகும், அவை எளிமையானவை மற்றும் எளிதில் புரிந்துகொள்ளக்கூடியவை. அடிப்படை தேடல் அல்கோரிதங்கள் பொதுவாக சிறிய பட்டியல்களுக்குப் பயன்படுத்தப்படுகின்றன.

அடிப்படை தேடல் அல்கோரிதங்களின் சில எடுத்துக்காட்டுகள் பின்வருமாறு:

- நேரியல் தேடல்
- பைனரி தேடல்

நேரியல் தேடல்

நேரியல் தேடல் என்பது ஒரு எளிய தேடல் அல்கோரிதம் ஆகும், இது பட்டியலின் ஒவ்வொரு கூறையும் ஒன்றன் பின் ஒன்றாகப் பார்த்து தேடப்பட்ட கூறைக் கண்டறியும் வரை

தொடர்கிறது. நேரியல் தேடல் பின்வரும் படிகளைப் பின்பற்றுகிறது:

1. பட்டியலின் முதல் கூறை எடுத்துக்கொள்ளவும்.

2. தேடப்பட்ட கூறு முதல் கூறு சரியானால், அதை கண்டுபிடித்ததாகக் கூறவும்.

3. தேடப்பட்ட கூறு முதல் கூறை விட சிறியதாக இருந்தால், இரண்டாவது கூறுக்குச் செல்லவும்.

4. தேடப்பட்ட கூறு முதல் கூறை விட பெரியதாக இருந்தால், பட்டியலின் இறுதியில் செல்லவும்.

5. பட்டியலின் முடிவை எட்டியிருந்தால், தேடப்பட்ட கூறை கண்டுபிடிக்கவில்லை என்று கூறவும்.

நேரியல் தேடல் ஒரு நேரடி நேர அல்கோரிதம் ஆகும், அதாவது அதன் செயல்திறன் பட்டியலின் அளவைப் பொறுத்து நேரடியாக மாறுகிறது. அதாவது, பட்டியலின் அளவு இரட்டிப்பானால், தேடல் நேரம் இரட்டிப்பாகும்.

பைனரி தேடல்

பைனரி தேடல் என்பது ஒரு சக்திவாய்ந்த தேடல் அல்கோரிதம் ஆகும், இது பட்டியலை அதன் நடுப்பகுதியில் இருந்து தொடங்கி தேடப்பட்ட

கூறைக் கண்டறியும் வரை தொடர்கிறது. பைனரி தேடல் பின்வரும் படிகளைப் பின்பற்றுகிறது:

1. பட்டியலின் நடுப்பகுதியைக் கண்டறியவும்.

2. தேடப்பட்ட கூறு பட்டியலின் நடுப்பகுதியின் மதிப்பை விட சிறியதாக இருந்தால், பட்டியலின் முதல் பாதியில் தேடவும்.

3. தேடப்பட்ட கூறு பட்டியலின் நடுப்பகுதியின் மதிப்பை விட பெரியதாக இருந்தால், பட்டியலின் இரண்டாவது பாதியில் தேடவும்.

4. தேடப்பட்ட கூறை கண்டுபிடித்தால், தேடல் முடிந்தது.

5. தேடப்பட்ட கூறை கண்டுபிடிக்கவில்லை என்றால், தேடல் தோல்வியடைந்தது.

பைனரி தேடல் ஒரு இயல்பான நேர அல்கோரிதம் ஆகும், அதாவது அதன் செயல்திறன் பட்டியலின் அளவைக் கணக்கிடப்படும் போது மாறுகிறது. அதாவது, பட்டியலின் அளவு இரட்டிப்பானால், தேடல் நேரம் நான்கில் ஒரு பங்கு குறைவாக இருக்கும்.

அடிப்படை தேடல் அல்கோரிதங்களின் ஒப்பீடு

நேரியல் தேடல் மற்றும் பைனரி தேடல் இரண்டும் அடிப்படை தேடல் அல்கோரிதங்கள் ஆகும், ஆனால் அவை வெவ்வேறு செயல்திறனைக்

கொண்டுள்ளன. நேரியல் தேடல் ஒரு நேரடி நேர அல்கோரிதம் ஆகும், அதாவது அதன் செயல்திறன் பட்டியலின் அளவைப் பொறுத்து நேரடியாக மாறுகிறது. பைனரி தேடல் ஒரு இயல்பான நேர அல்கோரிதம் ஆகும், அதாவது அதன் செயல்திறன் பட்டியலின் அளவைக் கணக்கிடப்படும் போது மாறுகிறது.

பைனரி தேடல் நேரியல் தேடலை விட பொதுவாக வேகமாக செயல்படுகிறது, ஆனால் அது பட்டியலை வரிசைப்படுத்தியிருக்க வேண்டும்.

அத்தியாயம் 3: இடைநிலை அல்கோரிதங்கள் மற்றும் நுட்பங்கள்

பேராசை அல்கோரிதங்கள் மற்றும் மாறும் நிரலாக்கம்

கணினி அறிவியலில், பேராசை அல்கோரிதங்கள் மற்றும் மாறும் நிரலாக்கம் ஆகியவை சிக்கலான பிரச்சனைகளை தீர்க்கப் பயன்படும் இரண்டு முக்கிய கருத்துகளாகும்.

பேராசை அல்கோரிதங்கள்

பேராசை அல்கோரிதங்கள் என்பது ஒரு குறிப்பிட்ட பிரச்சனையின் தற்போதைய நிலையை மேம்படுத்தும் தீர்வுகளைத் தேர்ந்தெடுப்பதன் மூலம் செயல்படும் அல்கோரிதங்கள் ஆகும். பேராசை அல்கோரிதங்கள் பொதுவாக எளியவை மற்றும் எளிதில் புரிந்துகொள்ளக்கூடியவை, ஆனால் அவை எப்போதும் உகந்த தீர்வை வழங்காது.

பேராசை அல்கோரிதங்களின் சில எடுத்துக்காட்டுகள் பின்வருமாறு:

- குமிழி வரிசைப்படுத்தல்

- தேர்வு வரிசைப்படுத்தல்

- செருகல் வரிசைப்படுத்தல்

- பைனரி தேடல்

மாறும் நிரலாக்கம்

மாறும் நிரலாக்கம் என்பது ஒரு குறிப்பிட்ட பிரச்சனையின் தற்போதைய நிலையை மேம்படுத்தும் தீர்வுகளைத் தேர்ந்தெடுப்பதன் மூலம் செயல்படும் அல்கோரிதங்கள் ஆகும். மாறும் நிரலாக்கம் அல்கோரிதங்கள் பொதுவாக பேராசை அல்கோரிதங்களை விட உகந்த தீர்வை வழங்கும், ஆனால் அவை சிக்கலானவை மற்றும் புரிந்துகொள்வது கடினம்.

மாறும் நிரலாக்கம் அல்கோரிதங்களின் சில எடுத்துக்காட்டுகள் பின்வருமாறு:

- கொல்லோகிரோவ்-கார்ப்   சரக்கு
  போக்குவரத்து பிரச்சனை

- தடைப்பட்ட பாதையில் கயிறு இழுத்தல்
  பிரச்சனை

- கீழ்நோக்கி மீள்பார்வை

பேராசை மற்றும் மாறும் நிரலாக்கத்தின் ஒப்பீடு

பேராசை மற்றும் மாறும் நிரலாக்கம் ஆகிய இரண்டும் சிக்கலான பிரச்சனைகளை தீர்க்கப்

பயன்படும் கருவிகளாகும், ஆனால் அவை வெவ்வேறு செயல்திறனைக் கொண்டுள்ளன. பேராசை அல்கோரிதங்கள் பொதுவாக எளிமையானவை மற்றும் எளிதில் புரிந்துகொள்ளக்கூடியவை, ஆனால் அவை எப்போதும் உகந்த தீர்வை வழங்காது. மாறும் நிரலாக்கம் அல்கோரிதங்கள் பொதுவாக பேராசை அல்கோரிதங்களை விட உகந்த தீர்வை வழங்கும், ஆனால் அவை சிக்கலானவை மற்றும் புரிந்துகொள்வது கடினம்.

பேராசை மற்றும் மாறும் நிரலாக்கத்தின் பயன்பாடுகள்

பேராசை மற்றும் மாறும் நிரலாக்கம் ஆகிய இரண்டும் பல்வேறு பயன்பாடுகளில் பயன்படுத்தப்படுகின்றன. சில பொதுவான பயன்பாடுகள் பின்வருமாறு:

- தரவுத்தளங்கள்
- இணையத்தில் உள்ளடக்கத்தைப் பகிர்தல்
- கணினி விளையாட்டுகள்

பேராசை மற்றும் மாறும் நிரலாக்கத்தின் நன்மைகள் மற்றும் தீமைகள்

பேராசை மற்றும் மாறும் நிரலாக்கத்தின் சில நன்மைகள் மற்றும் தீமைகள் பின்வருமாறு:

பேராசை அல்கோரிதங்களின் நன்மைகள்:

- எளிமையானவை மற்றும் எளிதில் புரிந்துகொள்ளக்கூடியவை

- பொதுவாக வேகமாக செயல்படுகின்றன

பேராசை அல்கோரிதங்களின் தீமைகள்:

- எப்போதும் உகந்த தீர்வை வழங்காது

மாறும் நிரலாக்கம் அல்கோரிதங்களின் நன்மைகள்:

- பொதுவாக உகந்த தீர்வை வழங்கும்
- பல்வேறு வகையான பிரச்சனைகளுக்குப் பயன்படுத்தலாம்

பிரித்தல் மற்றும் வெற்றி அல்கோரிதங்கள்

கணினி அறிவியலில், பிரித்தல் மற்றும் வெற்றி அல்கோரிதங்கள் என்பது ஒரு பட்டியலை வரிசைப்படுத்துவதற்குப் பயன்படும் ஒரு வகையான வரிசைப்படுத்துதல் அல்கோரிதங்கள் ஆகும். இந்த அல்கோரிதங்கள் ஒரு பட்டியலை இரண்டு பகுதிகளாகப் பிரிப்பதன் மூலம் செயல்படுகின்றன, அவ்வாறு பிரித்தல் ஒரு குறிப்பிட்ட கூறை அதன் சரியான இடத்தில் வைப்பதன் மூலம் வெற்றி பெறுகிறது.

ஒன்றிணைப்பு வரிசைப்படுத்தல்

ஒன்றிணைப்பு வரிசைப்படுத்தல் என்பது ஒரு பிரித்தல் மற்றும் வெற்றி அல்கோரிதம் ஆகும், இது ஒரு பட்டியலை வரிசைப்படுத்துவதற்குப் பயன்படுத்தப்படுகிறது. ஒன்றிணைப்பு வரிசைப்படுத்தல் பின்வரும் படிகளைப் பின்பற்றுகிறது:

1. பட்டியலை இரண்டு சம பகுதிகளாகப் பிரிக்கவும்.

2. ஒவ்வொரு பகுதியையும் ஒன்றிணைத்து வரிசைப்படுத்தவும்.

3. இரண்டு வரிசைப்படுத்தப்பட்ட பகுதிகளை ஒன்றிணைக்கவும்.

ஒன்றிணைப்பு வரிசைப்படுத்தல் ஒரு நிலையான நேர அல்கோரிதம் ஆகும், அதாவது அதன்

செயல்திறன் பட்டியலின் அளவைப் பொறுத்து மாறாது.

விரைவான வரிசைப்படுத்தல்

விரைவான வரிசைப்படுத்தல் என்பது ஒரு பிரித்தல் மற்றும் வெற்றி அல்கோரிதம் ஆகும், இது ஒரு பட்டியலை வரிசைப்படுத்துவதற்குப் பயன்படுத்தப்படுகிறது. விரைவான வரிசைப்படுத்தல் பின்வரும் படிகளைப் பின்பற்றுகிறது:

1. பட்டியலின் ஒரு கூறை pivot என்று தேர்ந்தெடுக்கவும்.

2. pivot ஐப் பற்றி பட்டியலை இரண்டு பகுதிகளாகப் பிரிக்கவும், pivot ஐ விட சிறிய கூறுகள் ஒரு பகுதியிலும், pivot ஐ விட பெரிய கூறுகள் மற்றொரு பகுதியிலும் இருக்கும்.

3. pivot ஐ விட சிறிய பகுதியை வரிசைப்படுத்தவும்.

4. pivot ஐ விட பெரிய பகுதியை வரிசைப்படுத்தவும்.

விரைவான வரிசைப்படுத்தல் பொதுவாக ஒன்றிணைப்பு வரிசைப்படுத்தலை விட வேகமாக செயல்படுகிறது, ஆனால் அது ஒரு சிறந்த நேர அல்கோரிதம் அல்ல.

பிரித்தல் மற்றும் வெற்றி அல்கோரிதங்களின் நன்மைகள் மற்றும் தீமைகள்

பிரித்தல் மற்றும் வெற்றி அல்கோரிதங்களின் சில நன்மைகள் மற்றும் தீமைகள் பின்வருமாறு:

நன்மைகள்:

- பொதுவாக வேகமாக செயல்படுகின்றன
- நிலையான நேர அல்கோரிதங்கள்
- பல்வேறு வகையான பிரச்சனைகளுக்குப் பயன்படுத்தலாம்

தீமைகள்:

- சிறந்த நேர அல்கோரிதங்கள் அல்ல
- சிக்கலானவை மற்றும் புரிந்துகொள்வது கடினம்

பிரித்தல் மற்றும் வெற்றி அல்கோரிதங்களின் பயன்பாடுகள்

பிரித்தல் மற்றும் வெற்றி அல்கோரிதங்கள் பல்வேறு பயன்பாடுகளில் பயன்படுத்தப்படுகின்றன. சில பொதுவான பயன்பாடுகள் பின்வருமாறு:

- தரவுத்தளங்கள்
- இணையத்தில் உள்ளடக்கத்தைப் பகிர்தல்

- கணினி விளையாட்டுகள்

பிரித்தல் மற்றும் வெற்றி அல்கோரிதங்களின் ஒப்பீடு

ஒன்றிணைப்பு வரிசைப்படுத்தல் மற்றும் விரைவான வரிசைப்படுத்தல் இரண்டும் பிரித்தல் மற்றும் வெற்றி அல்கோரிதங்கள் ஆகும், ஆனால் அவை வெவ்வேறு செயல்திறனைக் கொண்டுள்ளன. ஒன்றிணைப்பு வரிசைப்படுத்தல் ஒரு நிலையான நேர அல்கோரிதம் ஆகும், அதாவது அதன் செயல்திறன் பட்டியலின் அளவைப் பொறுத்து மாறாது. விரைவான வரிசைப்படுத்தல் பொதுவாக ஒன்றிணைப்பு வரிசைப்படுத்தலை விட வேகமாக செயல்படுகிறது, ஆனால் அது ஒரு சிறந்த நேர அல்கோரிதம் அல்ல.

ஒன்றிணைப்பு வரிசைப்படுத்தல் பொதுவாக சிறிய பட்டியல்களுக்குப் பயன்படுத்தப்படுகிறது, அங்கு செயல்திறன் முக்கியம். விரைவான வரிசைப்படுத்தல் பொதுவாக பெரிய பட்டியல்களுக்குப் பயன்படுத்தப்படுகிறது, அங்கு வேகம் முக்கியம்.

வரைபட அல்கோரிதங்கள்

கணினி அறிவியலில், வரைபட அல்கோரிதங்கள் என்பது வரைபடங்களைப் பற்றிய கேள்விகளுக்கு பதிலளிக்கப் பயன்படும் அல்கோரிதங்கள் ஆகும். வரைபடம் என்பது ஒரு

ஜோடி புள்ளிகளை இணைக்கும் கோடுகளால் ஆன ஒரு அமைப்பாகும். வரைபட அல்கோரிதங்கள் பல்வேறு பயன்பாடுகளில் பயன்படுத்தப்படுகின்றன, அவற்றில் சில பின்வருமாறு:

- இணையத்தில் உள்ளடக்கத்தைப் பகிர்தல்
- கணினி விளையாட்டுகள்
- சமீபத்திய போக்குவரத்து தகவல்களை வழங்குதல்

அகல-முதலில் தேடல்

அகல-முதலில் தேடல் என்பது ஒரு வரைபடத்தில் ஒரு குறிப்பிட்ட நோக்கத்தைக் கண்டறியப் பயன்படும் ஒரு அல்கோரிதம் ஆகும். அகல-முதலில் தேடல் பின்வரும் படிகளைப் பின்பற்றுகிறது:

1. வரைபடத்தின் தொடக்கத்தை ஒரு திறந்த பட்டியலில் சேர்க்கவும்.

2. திறந்த பட்டியலில் உள்ள ஒவ்வொரு நோக்கத்தையும் எடுத்துக் கொள்ளவும்.

3. நோக்கத்துடன் இணைக்கப்பட்ட அனைத்து நோக்கங்களையும் திறந்த பட்டியலில் சேர்க்கவும்.

4. திறந்த பட்டியலில் நோக்கங்கள் இல்லாத வரை படி 2 மற்றும் 3 ஐ மீண்டும் செய்யவும்.

அகல-முதலில் தேடல் ஒரு சிறந்த நேர அல்கோரிதம் ஆகும், அதாவது அதன் செயல்திறன் வரைபடத்தின் அளவைப் பொறுத்து மாறாது.

ஆழம்-முதலில் தேடல்

ஆழம்-முதலில் தேடல் என்பது ஒரு வரைபடத்தில் ஒரு குறிப்பிட்ட நோக்கத்தைக் கண்டறியப் பயன்படும் ஒரு அல்கோரிதம் ஆகும். ஆழம்-முதலில் தேடல் பின்வரும் படிகளைப் பின்பற்றுகிறது:

1. வரைபடத்தின் தொடக்கத்தை ஒரு திறந்த பட்டியலில் சேர்க்கவும்.

2. திறந்த பட்டியலில் உள்ள ஒவ்வொரு நோக்கத்தையும் எடுத்துக் கொள்ளவும்.

3. நோக்கத்துடன் இணைக்கப்பட்ட அனைத்து நோக்கங்களையும் திறந்த பட்டியலில் சேர்க்கவும்.

4. திறந்த பட்டியலில் உள்ள ஒவ்வொரு நோக்கத்தையும் அதன் அணிலாக்கத்திலிருந்து பின்பற்றவும்.

5. ஒரு நோக்கத்தை அதன் அணிலாக்கத்திலிருந்து பின்பற்ற முடியாத வரை படி 2, 3 மற்றும் 4 ஐ மீண்டும் செய்யவும்.

ஆழம்-முதலில் தேடல் ஒரு சிறந்த நேர அல்கோரிதம் அல்ல, ஆனால் அது சிக்கலான வரைபடங்களில் நோக்கங்களைக் கண்டறிய பயனுள்ளதாக இருக்கும்.

Dijkstra's அல்கோரிதம்

Dijkstra's அல்கோரிதம் என்பது ஒரு வரைபடத்தில் இரண்டு புள்ளிகளுக்கு இடையிலான மிகக் குறைந்த தொலைவைக் கண்டறியப் பயன்படும் ஒரு அல்கோரிதம் ஆகும். Dijkstra's அல்கோரிதம் பின்வரும் படிகளைப் பின்பற்றுகிறது:

1. தொடக்க புள்ளியை ஒரு திறந்த பட்டியலில் சேர்க்கவும்.

2. திறந்த பட்டியலில் உள்ள ஒவ்வொரு நோக்கத்தையும் எடுத்துக் கொள்ளவும்.

3. நோக்கத்தை அடைவது வரை அதன் அணிலாக்கத்தைப் பின்பற்றவும்.

4. நோக்கத்தை அடைவது வரை படி 2 மற்றும் 3 ஐ மீண்டும் செய்யவும்.

Dijkstra's அல்கோரிதம் ஒரு இயல்பான நேர அல்கோரிதம் ஆகும், அதாவது அதன் செயல்திறன் வரைபடத்தின் அளவைக் கணக்கிடப்படும் போது மாறுகிறது.

வரைபட அல்கோரிதங்களின் நன்மைகள் மற்றும் தீமைகள்

வரைபட அல்கோரிதங்களின் சில நன்மைகள் மற்றும் தீமைகள் பின்வருமாறு:

நன்மைகள்:

- பல்வேறு வகையான வரைபட பிரச்சனைகளைத் தீர்க்கப் பயன்படுகின்றன

- பொதுவாக வேகமாக செயல்படுகின்றன

ஹேஷிங் மற்றும் மோதல் தீர்வு நுட்பங்கள்

கணினி அறிவியலில், ஹேஷிங் என்பது ஒரு தரவை ஒரு சிறிய எண்ணாக மாற்றும் செயல்முறை ஆகும். ஹேஷிங் பொதுவாக ஒரு தரவை ஒரு டிரீ, லிஸ்ட் அல்லது ஹேஷ் டேபிள் போன்ற ஒரு தரவு அமைப்பில் சேமிக்கப் பயன்படுகிறது.

ஹேஷிங் செயல்முறை பின்வரும் படிகளைப் பின்பற்றுகிறது:

1. தரவை ஒரு ஹேஷ் செயல்பாட்டிற்கு வழங்கவும்.

2. ஹேஷ் செயல்பாடு தரவுக்கு ஒரு ஹேஷ் குறியீட்டை உருவாக்குகிறது.

3. ஹேஷ் குறியீட்டைப் பயன்படுத்தி தரவை தரவு அமைப்பில் சேமிக்கவும்.

ஹேஷிங் செயல்பாடு பொதுவாக ஒரு சீரற்ற செயல்பாடு ஆகும், அதாவது ஒரே தரவுக்கு வெவ்வேறு நேரங்களில் வெவ்வேறு ஹேஷ் குறியீடுகள் கிடைக்கும். இது மோதல்களுக்கு வழிவகுக்கும், அதாவது இரண்டு அல்லது அதற்கு மேற்பட்ட தரவுகளுக்கு ஒரே ஹேஷ் குறியீடு கிடைக்கும்.

மோதல்களைத் தீர்க்கப் பல நுட்பங்கள் உள்ளன. சில பொதுவான நுட்பங்கள் பின்வருமாறு:

- மீண்டும் ஹேஷிங்: மோதல் ஏற்பட்டால், தரவை மீண்டும் ஹேஷிங் செய்யவும். இது ஒவ்வொரு ஹேஷிங் செயல்பாடும் வெவ்வேறு ஹேஷ் குறியீட்டை உருவாக்க வாய்ப்புள்ளதால், மோதல்களைத் தடுக்க உதவும்.

- கீழ்நோக்கி மீள்பார்வை: மோதல் ஏற்பட்டால், ஹேஷ் குறியீட்டில் இருந்து பின்னோக்கி சென்று, ஹேஷ் குறியீடுகள் வேறுபடும் வரை தரவை மீண்டும் சேமிக்கவும்.

- கூடுதல் தகவல்களைப் பயன்படுத்துதல்: தரவுடன் கூடுதல் தகவல்களை சேர்ப்பதன் மூலம் மோதல்களைத் தடுக்கலாம். எடுத்துக்காட்டாக, ஒரு தரவு அமைப்பில் ஒரு பயனரின் பெயர் மற்றும் முகவரி சேமிக்கப்பட்டிருந்தால், கூடுதல் தகவலாக பயனரின் பயனர் ID சேர்க்கப்படலாம். இது மோதல்களின் எண்ணிக்கையைக் குறைக்க உதவும்.

ஹேஷிங் மற்றும் மோதல் தீர்வு நுட்பங்கள் பல்வேறு பயன்பாடுகளில் பயன்படுத்தப்படுகின்றன. சில பொதுவான பயன்பாடுகள் பின்வருமாறு:

- தரவு அமைப்புகள்: ஹேஷிங் பொதுவாக தரவு அமைப்புகளில் தரவை சேமிக்கப் பயன்படுகிறது.

- இணையம்: ஹேஷிங் பொதுவாக இணையத்தில் உள்ளடக்கத்தைப் பகிர்வதற்குப் பயன்படுகிறது.

- கணினி விளையாட்டுகள்: ஹேஷிங் பொதுவாக கணினி விளையாட்டுகளில் விளையாட்டு வீரர்களின் தரவை சேமிக்கப் பயன்படுகிறது.

ஹேஷிங் மற்றும் மோதல் தீர்வு நுட்பங்கள் சிக்கலானவை, ஆனால் அவை பல்வேறு பயன்பாடுகளில் அவசியமானவை.

பின்தொடர்தல் அல்கோரிதங்கள் மற்றும் அவற்றின் பயன்பாடுகள்

கணினி அறிவியலில், பின்தொடர்தல் என்பது ஒரு குறிப்பிட்ட விதியின்படி இணைப்புகள் அல்லது வலைப்பின்னல் மூலம் ஒரு பொருளைத் தேடும் செயல்முறை ஆகும். பின்தொடர்தல் அல்கோரிதங்கள் என்பது இந்த செயல்முறையை செயல்படுத்துவதற்கான முறைகள் ஆகும்.

பின்தொடர்தல் அல்கோரிதங்கள் பல்வேறு பயன்பாடுகளில் பயன்படுத்தப்படுகின்றன. சில பொதுவான பயன்பாடுகள் பின்வருமாறு:

- இணைய தேடல்: பின்தொடர்தல் அல்கோரிதங்கள் இணைய தேடல்களில் பயன்படுத்தப்படுகின்றன. பயனர் ஒரு தகவல் அல்லது பொருளைத் தேடும்போது, பின்தொடர்தல் அல்கோரிதம் தேடல் முடிவுகளைத் தேட இணையத்தில் உள்ள தளங்களுக்குச் செல்கிறது.

- தொடர்புடைய தரவுக் கூறுகளைக் கண்டறிதல்: பின்தொடர்தல் அல்கோரிதங்கள் தொடர்புடைய தரவுக் கூறுகளைக் கண்டறியப் பயன்படுகின்றன. எடுத்துக்காட்டாக, ஒரு சமூக வலைப்பின்னலில், பின்தொடர்தல் அல்கோரிதம் ஒரே ஆர்வங்களைக் கொண்ட பயனர்களைக் கண்டறியலாம்.

- செயல்பாடுகளை ஒழுங்கமைத்தல்: பின்தொடர்தல் அல்கோரிதங்கள் செயல்பாடுகளை ஒழுங்கமைக்கப் பயன்படுகின்றன. எடுத்துக்காட்டாக, ஒரு தொழில்நுட்ப நிறுவனத்தில், பின்தொடர்தல் அல்கோரிதம் ஒரு திட்டத்தின் பணிகளைக் கண்டறியலாம்.

பின்தொடர்தல் அல்கோரிதங்கள் பல வகைகளில் உள்ளன. சில பொதுவான வகைகள் பின்வருமாறு:

- அகல-முதலில் தேடல்: அகல-முதலில் தேடல் என்பது ஒரு பொருளைக் கண்டறியும் வரை அதன் அனைத்து இணைப்புகளையும் பின்பற்றும் ஒரு அல்கோரிதம் ஆகும்.

- ஆழம்-முதலில் தேடல்: ஆழம்-முதலில் தேடல் என்பது ஒரு பொருளைக் கண்டறியும் வரை அதன் ஒரு இணைப்பைப் பின்பற்றும் ஒரு அல்கோரிதம் ஆகும்.

- வருகையின்படி தேடல்: வருகையின்படி தேடல் என்பது ஒரு பொருளைக் கண்டறியும் வரை அதன் இணைப்புகளைச் சீரற்ற முறையில் பின்பற்றும் ஒரு அல்கோரிதம் ஆகும்.

பின்தொடர்தல் அல்கோரிதங்களின் செயல்திறன் அவற்றின் வகையைப் பொறுத்தது. அகல-முதலில் தேடல் பொதுவாக சிறந்த நேர

அல்கோரிதம் ஆகும், அதாவது அதன் செயல்திறன் தேடப்படும் பொருளின் அளவைப் பொறுத்து மாறாது. ஆழம்-முதலில் தேடல் பொதுவாக ஒரு சிறந்த நேர அல்கோரிதம் அல்ல, ஆனால் அது சிக்கலான இணைப்புகளில் பொருட்களைக் கண்டறிய பயனுள்ளதாக இருக்கும். வருகையின்படி தேடல் பொதுவாக ஒரு மோசமான நேர அல்கோரிதம் ஆகும், ஆனால் அது பல்வேறு இணைப்புகளில் பொருட்களைக் கண்டறிய பயனுள்ளதாக இருக்கும்.

பின்தொடர்தல் அல்கோரிதங்கள் பல்வேறு பயன்பாடுகளில் அவசியமானவை. அவை இணைய தேடல், தொடர்புடைய தரவுக் கூறுகளைக் கண்டறிதல் மற்றும் செயல்பாடுகளை ஒழுங்கமைத்தல் போன்ற பல்வேறு பணிகளைச் செய்யப் பயன்படுகின்றன.

சர சூழ்ச்சி அல்கோரிதங்கள் (KMP அல்கோரிதம்)

கணினி அறிவியலில், சர சூழ்ச்சி என்பது ஒரு சரத்தை மற்றொரு சரத்தில் தேடும் செயல்முறை ஆகும். சர சூழ்ச்சி அல்கோரிதங்கள் என்பது இந்த செயல்முறையை செயல்படுத்துவதற்கான முறைகள் ஆகும்.

சர சூழ்ச்சி அல்கோரிதங்கள் இரண்டு வகைகளில் உள்ளன:

- மீண்டும் சர சூழ்ச்சி: மீண்டும் சர சூழ்ச்சி என்பது ஒரு சரத்தை மற்றொரு சரத்தில் தேடும்போது, தேடப்படும் சரத்தை மீண்டும் மீண்டும் தேடுவதன் மூலம் செயல்படும் ஒரு அல்கோரிதம் ஆகும்.

- மீண்டும் இல்லாத சர சூழ்ச்சி: மீண்டும் இல்லாத சர சூழ்ச்சி என்பது ஒரு சரத்தை மற்றொரு சரத்தில் தேடும்போது, தேடப்படும் சரத்தை மீண்டும் மீண்டும் தேடாமல் தேடுவதன் மூலம் செயல்படும் ஒரு அல்கோரிதம் ஆகும்.

மீண்டும் சர சூழ்ச்சி அல்கோரிதங்கள் எளிமையானவை, ஆனால் அவை மெதுவாக செயல்படுகின்றன. மீண்டும் இல்லாத சர சூழ்ச்சி அல்கோரிதங்கள் சிக்கலானவை, ஆனால் அவை வேகமாக செயல்படுகின்றன.

KMP அல்கோரிதம் என்பது ஒரு மீண்டும் இல்லாத சர சூழ்ச்சி அல்கோரிதம் ஆகும். இது 1970 ஆம் ஆண்டில் Knuth, Morris மற்றும் Pratt ஆகியோரால் உருவாக்கப்பட்டது.

KMP அல்கோரிதம் பின்வரும் படிகளைப் பின்பற்றுகிறது:

1. தேடப்படும் சரத்தைப் படிக்கவும்.

2. தேடப்படும் சரத்தின் முதல் எழுத்தை மற்றொரு சரத்தில் தேடவும்.

3. தேடப்பட்ட எழுத்து கண்டறியப்பட்டால், தேடப்பட்ட சரத்தை மேலும் படிக்கவும்.

4. தேடப்பட்ட எழுத்து கண்டறியப்படவில்லை என்றால், தேடப்பட்ட சரத்தை ஒரு எழுத்து பின்னோக்கி நகர்த்தவும்.

5. படி 2 க்குத் திரும்பவும்.

KMP அல்கோரிதம் தேடப்படும் சரத்தின் முதல் எழுத்து மற்றொரு சரத்தில் கண்டறியப்பட்டால், அது தேடப்படும் சரத்தைத் தொடர்ந்து தேடுகிறது. தேடப்பட்ட எழுத்து கண்டறியப்படவில்லை என்றால், அது தேடப்படும் சரத்தை ஒரு எழுத்து பின்னோக்கி நகர்த்துகிறது. இந்த செயல்முறை தேடப்படும் சரத்தின் முடிவை அடையும் வரை தொடர்கிறது.

KMP அல்கோரிதம் ஒரு மீண்டும் இல்லாத சர சூழ்ச்சி அல்கோரிதம் என்பதால், இது மீண்டும் சர சூழ்ச்சி அல்கோரிதங்களை விட வேகமாக செயல்படுகிறது. KMP அல்கோரிதம் பொதுவாக ஒரு சிறந்த நேர அல்கோரிதம் ஆகும், அதாவது அதன் செயல்திறன் தேடப்படும் சரத்தின் அளவைப் பொறுத்து மாறாது.

KMP அல்கோரிதம் பல்வேறு பயன்பாடுகளில் பயன்படுத்தப்படுகிறது. சில பொதுவான பயன்பாடுகள் பின்வருமாறு:

- தொடர்புடைய தரவுக் கூறுகளைக் கண்டறிதல்: KMP அல்கோரிதம் தொடர்புடைய தரவுக் கூறுகளைக் கண்டறியப் பயன்படுகிறது. எடுத்துக்காட்டாக, ஒரு உரை கோப்பில் உள்ள ஒரே மாதிரியான சொற்களைக் கண்டறிய KMP அல்கோரிதம் பயன்படுத்தப்படலாம்.

- சரங்களை ஒப்பிடுதல்: KMP அல்கோரிதம் சரங்களை ஒப்பிடுவதற்குப் பயன்படுகிறது. எடுத்துக்காட்டாக, இரண்டு உரை கோப்புகள் ஒரே மாதிரியானதா என்பதைச் சோதிக்க KMP அல்கோரிதம் பயன்படுத்தப்படலாம்.

- சரங்களை மாற்றுதல்: KMP அல்கோரிதம் சரங்களை மாற்றுவதற்குப் பயன்படுகிறது. எடுத்துக்காட்டாக, ஒரு

உரை கோப்பில் உள்ள அனைத்து "தலைப்புகள்" என்ற சொற்களை "முக்கிய கருப்பொருள்கள்" என்ற சொற்களாக மாற்ற KMP அல்கோரிதம் பயன்படுத்தப்படலாம்.

KMP அல்கோரிதம் ஒரு சக்திவாய்ந்த மற்றும் பயனுள்ள சர சூழ்ச்சி அல்கோரிதம் ஆகும். இது பல்வேறு பயன்பாடுகளில் பயன்படுத்தப்படுகிறது.

அத்தியாயம் 4: மேம்பட்ட அல்கோரித உத்திகள்

தோராய அல்கோரிதங்கள் மற்றும் யுரிஸ்டிக்ஸ்

கணினி அறிவியலில், தோராய அல்கோரிதங்கள் என்பது ஒரு சிக்கலான பிரச்சனைக்கு ஒரு தோராயமான தீர்வை வழங்கும் அல்கோரிதங்கள் ஆகும். ஒரு தோராயமான தீர்வு என்பது ஒரு சிறந்த தீர்வை விட மோசமாக இருக்கும், ஆனால் அது ஒரு சிறந்த தீர்வை விட வேகமாக அல்லது எளிதில் கணக்கிடக்கூடியதாக இருக்கும்.

தோராய அல்கோரிதங்கள் பல வகைகளில் உள்ளன. சில பொதுவான வகைகள் பின்வருமாறு:

- உச்சம்-முதலில் தேடல்: உச்சம்-முதலில் தேடல் என்பது ஒரு பொருளைக் கண்டறியும் வரை அதன் அனைத்து உச்சங்களையும் பின்பற்றும் ஒரு தோராய அல்கோரிதம் ஆகும்.

- ஆழம்-முதலில் தேடல்: ஆழம்-முதலில் தேடல் என்பது ஒரு பொருளைக் கண்டறியும் வரை

அதன் ஒரு கிளையைப் பின்பற்றும் ஒரு தோராய அல்கோரிதம் ஆகும்.

- கிராஃப்-கலப்பு அல்கோரிதம்: கிராஃப்-கலப்பு அல்கோரிதம் என்பது ஒரு கிராஃபில் இருந்து இரண்டு நோக்கங்களுக்கு இடையிலான மிகக் குறைந்த தொலைவைக் கண்டறியப் பயன்படும் ஒரு தோராய அல்கோரிதம் ஆகும்.

தோராய அல்கோரிதங்கள் பல்வேறு பயன்பாடுகளில் பயன்படுத்தப்படுகின்றன. சில பொதுவான பயன்பாடுகள் பின்வருமாறு:

- பொருட்களைக் கண்டறிதல்: தோராய அல்கோரிதங்கள் இணையத்தில் பொருட்களைக் கண்டறியப் பயன்படுகின்றன.

- பாதையைக் கண்டறிதல்: தோராய அல்கோரிதங்கள் போக்குவரத்துப் பாதையைக் கண்டறியப் பயன்படுகின்றன.

- புதிர்களை தீர்ப்பது: தோராய அல்கோரிதங்கள் புதிர்களை தீர்க்கப் பயன்படுகின்றன.

யுரிஸ்டிக்ஸ்

யுரிஸ்டிக்ஸ் என்பது ஒரு பிரச்சனைக்கு தீர்வை கண்டறியப் பயன்படும் ஒரு விதியாகும். யுரிஸ்டிக்ஸ் எப்போதும் சரியான தீர்வை

வழங்காது, ஆனால் அவை பெரும்பாலும் ஒரு நல்ல தொடக்கப் புள்ளியாக இருக்கும்.

யுரிஸ்டிக்குகள் பல வகைகளில் உள்ளன. சில பொதுவான வகைகள் பின்வருமாறு:

- மதிப்பீட்டு யுரிஸ்டிக்: மதிப்பீட்டு யுரிஸ்டிக் என்பது ஒரு தீர்வை எவ்வளவு நல்லது என்று மதிப்பிடுவதற்கான ஒரு வழியாகும்.

- மேம்பாடு யுரிஸ்டிக்: மேம்பாடு யுரிஸ்டிக் என்பது ஒரு தீர்வை மேம்படுத்த ஒரு வழியாகும்.

- குறைதல் யுரிஸ்டிக்: குறைதல் யுரிஸ்டிக் என்பது ஒரு தீர்வை குறைக்க ஒரு வழியாகும்.

யுரிஸ்டிக்குகள் தோராய அல்கோரிதங்களில் பரவலாகப் பயன்படுத்தப்படுகின்றன. அவை அல்கோரிதத்தின் செயல்திறனை மேம்படுத்த உதவுகின்றன.

தோராய அல்கோரிதங்கள் மற்றும் யுரிஸ்டிக்குகளின் நன்மைகள் மற்றும் தீமைகள்

தோராய அல்கோரிதங்கள் மற்றும் யுரிஸ்டிக்குகளின் நன்மைகள் பின்வருமாறு:

- வேகம்: தோராய அல்கோரிதங்கள் பெரும்பாலும் சிறந்த அல்கோரிதங்களை விட வேகமாக செயல்படுகின்றன.

- எளிமை: தோராய அல்கோரிதங்கள் பெரும்பாலும் சிறந்த அல்கோரிதங்களை விட எளிதில் புரிந்துகொள்ளக்கூடியவை மற்றும் செயல்படுத்தக்கூடியவை.

சீரற்ற அல்கோரிதங்கள் மற்றும் Monte Carlo முறைகள்

கணினி அறிவியலில், சீரற்ற அல்கோரிதங்கள் என்பது சீரான நிகழ்வுகளைப் பயன்படுத்தி ஒரு பிரச்சனைக்கு தீர்வை கண்டறியப் பயன்படும் அல்கோரிதங்கள் ஆகும். சீரற்ற அல்கோரிதங்கள் பெரும்பாலும் சிக்கலான பிரச்சனைகளுக்கு தீர்வை வழங்குவதில் பயனுள்ளதாக இருக்கும், அவை சிறந்த அல்கோரிதங்களால் தீர்க்க முடியாதவை.

சீரற்ற அல்கோரிதங்கள் பல வகைகளில் உள்ளன. சில பொதுவான வகைகள் பின்வருமாறு:

- சீரற்ற தேடல்: சீரற்ற தேடல் என்பது ஒரு பொருளைக் கண்டறிய சீரான நிகழ்வுகளைப் பயன்படுத்தும் ஒரு அல்கோரிதம் ஆகும்.

- சீரற்ற மறுசீரமைப்பு: சீரற்ற மறுசீரமைப்பு என்பது ஒரு அமைப்பை சீரான நிகழ்வுகளைப் பயன்படுத்தி மறுசீரமைக்கும் ஒரு அல்கோரிதம் ஆகும்.

- சீரற்ற தீர்மானம்: சீரற்ற தீர்மானம் என்பது ஒரு முடிவை சீரான நிகழ்வுகளைப்

பயன்படுத்தி எடுக்கும் ஒரு அல்கோரிதம் ஆகும்.

Monte Carlo முறைகள் என்பது சீரற்ற அல்கோரிதங்களைப் பயன்படுத்தி சிக்கலான பிரச்சனைகளுக்கு தீர்வுகளை மதிப்பீடு செய்யப் பயன்படும் முறைகள் ஆகும். Monte Carlo முறைகள் பெரும்பாலும் புள்ளிவிவர பகுப்பாய்வில் பயன்படுத்தப்படுகின்றன.

Monte Carlo முறைகள் பின்வரும் படிகளைப் பின்பற்றுகிறது:

1. ஒரு சீரற்ற அல்கோரிதத்தைத் தேர்ந்தெடுக்கவும்.

2. அல்கோரிதம் ஒரு தீர்வை உருவாக்கவும்.

3. தீர்வை மதிப்பீடு செய்யவும்.

4. படி 2 மற்றும் 3 ஐ பல முறை மீண்டும் செய்யவும்.

Monte Carlo முறைகள் பல நன்மைகளைக் கொண்டுள்ளன. அவை:

- துல்லியமானவை: Monte Carlo முறைகள் பெரும்பாலும் சிறந்த அல்கோரிதங்களை விட துல்லியமான முடிவுகளை வழங்குகின்றன.

- பல்துறை: Monte Carlo முறைகள் பல்வேறு வகையான பிரச்சனைகளுக்குப் பயன்படுத்தப்படலாம்.

Monte Carlo முறைகள் சில தீமைகளையும் கொண்டுள்ளன. அவை:

- வேகமாக இல்லை: Monte Carlo முறைகள் சிறந்த அல்கோரிதங்களை விட மெதுவாக செயல்படுகின்றன.

- சவாலானவை: Monte Carlo முறைகளை செயல்படுத்துவது சவாலாக இருக்கலாம்.

சீரற்ற அல்கோரிதங்கள் மற்றும் Monte Carlo முறைகள் பல்வேறு பயன்பாடுகளில் பயன்படுத்தப்படுகின்றன. சில பொதுவான பயன்பாடுகள் பின்வருமாறு:

- புள்ளிவிவர பகுப்பாய்வு: சீரற்ற அல்கோரிதங்கள் மற்றும் Monte Carlo முறைகள் புள்ளிவிவர பகுப்பாய்வில் பல்வேறு பணிகளைச் செய்யப் பயன்படுகின்றன. எடுத்துக்காட்டாக, சீரற்ற அல்கோரிதங்கள் மற்றும் Monte Carlo முறைகள் சராசரி, மாறுபாடு போன்ற புள்ளிவிவரங்களை மதிப்பீடு செய்யப் பயன்படுகின்றன.

- சிக்கலான பிரச்சனைகள்: சீரற்ற அல்கோரிதங்கள் மற்றும் Monte Carlo முறைகள் சிக்கலான பிரச்சனைகளுக்கு

தீர்வுகளைக் கண்டறியப் பயன்படுகின்றன. எடுத்துக்காட்டாக, சீரற்ற அல்கோரிதங்கள் மற்றும் Monte Carlo முறைகள் போக்குவரத்து நெரிசலை மதிப்பீடு செய்யப் பயன்படுகின்றன.

- கணினி விளையாட்டுகள்: சீரற்ற அல்கோரிதங்கள் மற்றும் Monte Carlo முறைகள் கணினி விளையாட்டுகளில் பல்வேறு பணிகளைச் செய்யப் பயன்படுகின்றன. எடுத்துக்காட்டாக, சீரற்ற அல்கோரிதங்கள் மற்றும் Monte Carlo முறைகள் எதிரிகளை உருவாக்கப் பயன்படுகின்றன.

கிளை மற்றும் கட்டுப்படுத்தப்பட்ட அல்கோரிதங்கள்

கணினி அறிவியலில், கிளை மற்றும் கட்டுப்படுத்தப்பட்ட அல்கோரிதங்கள் என்பது ஒரு பிரச்சனைக்கு தீர்வை கண்டறியப் பயன்படும் அல்கோரிதங்கள் ஆகும். இந்த அல்கோரிதங்கள் ஒரு பிரச்சனையை பல சிறிய பிரச்சனைகளாக பிரித்து, பின்னர் ஒவ்வொரு சிறிய பிரச்சனைக்கும் தீர்வை கண்டுபிடிக்கின்றன.

கிளை மற்றும் கட்டுப்படுத்தப்பட்ட அல்கோரிதங்கள் பின்வரும் படிகளைப் பின்பற்றுகின்றன:

1. பிரச்சனையை பல சிறிய பிரச்சனைகளாக பிரிக்கவும்.

2. ஒவ்வொரு சிறிய பிரச்சனைக்கும் தீர்வை கண்டறியவும்.

3. கண்டறியப்பட்ட தீர்வுகளை ஒன்றிணைத்து பிரச்சனைக்கு தீர்வை உருவாக்கவும்.

கிளை மற்றும் கட்டுப்படுத்தப்பட்ட அல்கோரிதங்கள் பல வகைகளில் உள்ளன. சில பொதுவான வகைகள் பின்வருமாறு:

- பின்தொடர்தல்: பின்தொடர்தல் என்பது ஒரு பிரச்சனைக்கு தீர்வை கண்டறிய ஒரு மர அமைப்பைப் பயன்படுத்தும் ஒரு கிளை

மற்றும் கட்டுப்படுத்தப்பட்ட அல்கோரிதம் ஆகும்.

- Dijkstra's அல்கோரிதம்: Dijkstra's அல்கோரிதம் என்பது ஒரு வரைபடத்தில் இரண்டு நோக்கங்களுக்கு இடையிலான மிகக் குறைந்த தொலைவைக் கண்டறியப் பயன்படும் ஒரு கிளை மற்றும் கட்டுப்படுத்தப்பட்ட அல்கோரிதம் ஆகும்.

- Prim's அல்கோரிதம்: Prim's அல்கோரிதம் என்பது ஒரு வரைபடத்தில் ஓரளவு குறைந்த எடை கொண்ட மரத்தைக் கண்டறியப் பயன்படும் ஒரு கிளை மற்றும் கட்டுப்படுத்தப்பட்ட அல்கோரிதம் ஆகும்.

கிளை மற்றும் கட்டுப்படுத்தப்பட்ட அல்கோரிதங்கள் பல நன்மைகளைக் கொண்டுள்ளன. அவை:

- பல வகையான பிரச்சனைகளுக்குப் பயன்படுத்தப்படலாம்.

- பொதுவாக வேகமாக செயல்படுகின்றன.

கிளை மற்றும் கட்டுப்படுத்தப்பட்ட அல்கோரிதங்கள் சில தீமைகளையும் கொண்டுள்ளன. அவை:

- சிக்கலானவை.

- சரியான தீர்வை உறுதிப்படுத்துவதில்லை.

கிளை மற்றும் கட்டுப்படுத்தப்பட்ட அல்கோரிதங்கள் பல்வேறு பயன்பாடுகளில் பயன்படுத்தப்படுகின்றன. சில பொதுவான பயன்பாடுகள் பின்வருமாறு:

- இயற்கை மொழி செயலாக்கம்: கிளை மற்றும் கட்டுப்படுத்தப்பட்ட அல்கோரிதங்கள் இயற்கை மொழியைப் புரிந்துகொள்ளப் பயன்படுகின்றன.

- தகவல் தொழில்நுட்பம்: கிளை மற்றும் கட்டுப்படுத்தப்பட்ட அல்கோரிதங்கள் தகவல் தொழில்நுட்பத்தில் பல்வேறு பணிகளைச் செய்யப் பயன்படுகின்றன.

- கணினி விளையாட்டுகள்: கிளை மற்றும் கட்டுப்படுத்தப்பட்ட அல்கோரிதங்கள் கணினி விளையாட்டுகளில் பல்வேறு பணிகளைச் செய்யப் பயன்படுகின்றன.

கிளை மற்றும் கட்டுப்படுத்தப்பட்ட அல்கோரிதங்கள் கணினியில் பிரச்சனைகளைத் தீர்க்கப் பயன்படும் ஒரு சக்திவாய்ந்த கருவியாகும். அவை பல வகையான பிரச்சனைகளுக்குப் பயன்படுத்தப்படலாம் மற்றும் பொதுவாக வேகமாக செயல்படுகின்றன. இருப்பினும், அவை சிக்கலானவை மற்றும் சரியான தீர்வை உறுதிப்படுத்துவதில்லை.

இணையான மற்றும் பகிர்ந்தளிக்கப்பட்ட அல்கோரிதங்கள்

கணினி அறிவியலில், இணையான மற்றும் பகிர்ந்தளிக்கப்பட்ட அல்கோரிதங்கள் என்பது ஒரே நேரத்தில் பல கணினிகள் அல்லது மையங்கள் மூலம் தீர்க்கப்படும் பிரச்சனைகளுக்கு தீர்வுகளைக் கண்டறியப் பயன்படும் அல்கோரிதங்கள் ஆகும்.

இணையான அல்கோரிதங்கள் என்பது ஒரு பிரச்சனையை பல சிறிய பிரச்சனைகளாகப் பிரித்து, ஒவ்வொரு சிறிய பிரச்சனையும் ஒரே நேரத்தில் பல கணினிகள் அல்லது மையங்களால் தீர்க்கப்படும் வகையில் வடிவமைக்கப்பட்ட அல்கோரிதங்கள் ஆகும்.

பகிர்ந்தளிக்கப்பட்ட அல்கோரிதங்கள் என்பது ஒரு பிரச்சனையை பல கணினிகள் அல்லது மையங்களுடன் பகிர்ந்து, ஒவ்வொரு கணினியும் பிரச்சனையின் ஒரு பகுதியை தீர்க்கும் வகையில் வடிவமைக்கப்பட்ட அல்கோரிதங்கள் ஆகும்.

இணையான மற்றும் பகிர்ந்தளிக்கப்பட்ட அல்கோரிதங்கள் பல நன்மைகளைக் கொண்டுள்ளன. அவை:

- வேகம்: இணையான மற்றும் பகிர்ந்தளிக்கப்பட்ட அல்கோரிதங்கள் ஒரு பிரச்சனையை தீர்க்க ஒரு ஒற்றை

கணினியைப் பயன்படுத்தும் அல்கோரிதங்களை விட வேகமாக செயல்படலாம்.

* வளம்: இணையான மற்றும் பகிர்ந்தளிக்கப்பட்ட அல்கோரிதங்கள் பல கணினிகள் அல்லது மையங்களைப் பயன்படுத்துவதால், அவை ஒரு ஒற்றை கணினியைப் பயன்படுத்தும் அல்கோரிதங்களை விட அதிக வளங்களைப் பயன்படுத்தலாம்.

இணையான மற்றும் பகிர்ந்தளிக்கப்பட்ட அல்கோரிதங்கள் சில தீமைகளையும் கொண்டுள்ளன. அவை:

* சிக்கல்: இணையான மற்றும் பகிர்ந்தளிக்கப்பட்ட அல்கோரிதங்கள் ஒரு ஒற்றை கணினியைப் பயன்படுத்தும் அல்கோரிதங்களை விட சிக்கலானவை.

* கூட்டாடல்: இணையான மற்றும் பகிர்ந்தளிக்கப்பட்ட அல்கோரிதங்கள் பல கணினிகள் அல்லது மையங்களுடன் தொடர்புகொள்வதை உள்ளடக்கியது, இது கூட்டாடல் சிக்கல்களுக்கு வழிவகுக்கும்.

இணையான மற்றும் பகிர்ந்தளிக்கப்பட்ட அல்கோரிதங்கள் பல்வேறு பயன்பாடுகளில் பயன்படுத்தப்படுகின்றன. சில பொதுவான பயன்பாடுகள் பின்வருமாறு:

- தகவல் செயலாக்கம்: இணையான மற்றும் பகிர்ந்தளிக்கப்பட்ட அல்கோரிதங்கள் பெரிய அளவிலான தரவுகளை செயலாக்கப் பயன்படுகின்றன.

- கணினி விளையாட்டுகள்: இணையான மற்றும் பகிர்ந்தளிக்கப்பட்ட அல்கோரிதங்கள் பல வீரர்கள் ஒரே நேரத்தில் விளையாடும் கணினி விளையாட்டுகளை உருவாக்கப் பயன்படுகின்றன.

- நெட்வொர்க் பயன்பாடுகள்: இணையான மற்றும் பகிர்ந்தளிக்கப்பட்ட அல்கோரிதங்கள் நெட்வொர்க் பயன்பாடுகளைச் செயலாக்கப் பயன்படுகின்றன.

இணையான மற்றும் பகிர்ந்தளிக்கப்பட்ட அல்கோரிதங்கள் கணினியில் பிரச்சனைகளைத் தீர்க்கப் பயன்படும் ஒரு சக்திவாய்ந்த கருவியாகும். அவை பல வகையான பிரச்சனைகளுக்குப் பயன்படுத்தப்படலாம் மற்றும் ஒரு ஒற்றை கணினியைப் பயன்படுத்தும் அல்கோரிதங்களை விட வேகமாக செயல்படலாம். இருப்பினும், அவை சிக்கலானவை மற்றும் கூட்டாடல் சிக்கல்களுக்கு வழிவகுக்கும்.

இயந்திர கற்றல் அல்கோரிதங்கள் மற்றும் அவற்றின் அடிப்படை கொள்கைகள்

கணினி அறிவியலில், இயந்திர கற்றல் என்பது கணினிகள் தரவுகளிலிருந்து கற்றுக்கொள்ளும் திறனைப் படிப்பதாகும். இயந்திர கற்றல் அல்கோரிதங்கள் என்பது தரவுகளிலிருந்து கற்றுக்கொள்ளும் விதத்தில் வடிவமைக்கப்பட்ட அல்கோரிதங்கள் ஆகும்.

இயந்திர கற்றல் அல்கோரிதங்கள் பல வகைகளில் உள்ளன. சில பொதுவான வகைகள் பின்வருமாறு:

- கூகுள் தேடலின் பின்னணி இயந்திரம்
- பொருட்களை அடையாளம் காணும் செயற்கை நுண்ணறிவு
- விற்பனை முன்னறிவிப்பு
- நோய் கண்டறிதல்

இயந்திர கற்றல் அல்கோரிதங்கள் பல அடிப்படை கொள்கைகளை அடிப்படையாகக் கொண்டவை. இந்த கொள்கைகள் பின்வருமாறு:

- தரவு: இயந்திர கற்றல் அல்கோரிதங்கள் தரவுகளிலிருந்து கற்றுக்கொள்கின்றன. தரவு தரமானதாக இருந்தால், அல்கோரிதம் சிறப்பாக செயல்படும்.

- மாதிரி: இயந்திர கற்றல் அல்கோரிதங்கள் தரவுகளைப் பயன்படுத்தி ஒரு மாதிரியை உருவாக்குகின்றன. மாதிரி என்பது தரவுகளின் பண்புகளைப் பிரதிபலிக்கும் ஒரு விதியாகும்.

- குறைப்பு: இயந்திர கற்றல் அல்கோரிதங்கள் மாதிரியின் சிக்கலைக் குறைக்க முயற்சிக்கின்றன. சிக்கல் குறைவாக இருந்தால், அல்கோரிதம் வேகமாக செயல்படும்.

- துல்லியம்: இயந்திர கற்றல் அல்கோரிதங்கள் தரவுகளின் சரியான மதிப்பீட்டை வழங்க முயற்சிக்கின்றன. துல்லியம் அதிகமாக இருந்தால், அல்கோரிதம் சிறப்பாக செயல்படும்.

இயந்திர கற்றல் அல்கோரிதங்கள் பல்வேறு பயன்பாடுகளில் பயன்படுத்தப்படுகின்றன. சில பொதுவான பயன்பாடுகள் பின்வருமாறு:

- கணினி பார்வை: கணினி பார்வை என்பது கணினிகள் தரவுகளைப் பார்த்து புரிந்துகொள்ளும் திறனைப் படிப்பதாகும். இயந்திர கற்றல் அல்கோரிதங்கள் பொருட்களை அடையாளம் காண, முகங்களை அடையாளம் காண மற்றும் கையெழுத்துக்களை அடையாளம் காணப் பயன்படுகின்றன.

- இயற்கை மொழி செயலாக்கம்: இயற்கை மொழி செயலாக்கம் என்பது கணினிகளுக்கு மனித மொழியை புரிந்துகொள்ளும் திறனை வழங்குவதாகும். இயந்திர கற்றல் அல்கோரிதங்கள் உரைகளை மொழிபெயர்க்க, உரையின் உள்ளடக்கத்தைப் புரிந்துகொள்ள மற்றும் உரைகளை உருவாக்கப் பயன்படுகின்றன.

- கணினி அறிவு: கணினி அறிவு என்பது கணினிகளுக்கு சிக்கலான பணிகளைச் செய்யும் திறனை வழங்குவதாகும். இயந்திர கற்றல் அல்கோரிதங்கள் விளையாட்டுகளை விளையாட, தரவுகளைப் பகுப்பாய்வு செய்ய மற்றும் புதிய அறிவை உருவாக்கப் பயன்படுகின்றன.

இயந்திர கற்றல் அல்கோரிதங்கள் கணினியில் பிரச்சனைகளைத் தீர்க்கப் பயன்படும் ஒரு சக்திவாய்ந்த கருவியாகும். அவை பல வகையான பயன்பாடுகளில் பயன்படுத்தப்படுகின்றன மற்றும் தரவுகளின் அளவு மற்றும் சிக்கலின் அளவு அதிகரித்து வருவதால் அவற்றின் முக்கியத்துவம் தொடர்ந்து அதிகரித்து வருகிறது.

இயந்திர கற்றல் அல்கோரிதங்களின் சில எடுத்துக்காட்டுகள்

- கூகுள் தேடலின் பின்னணி இயந்திரம் கூகுள் தேடல் ஒரு பெரிய அளவிலான தரவுகளில் உள்ள தகவல்களைக் கண்டறியப் பயன்படுகிறது. கூகுள் தேடலின் பின்னணி இயந்திரம் ஒரு இயந்திர கற்றல் அல்கோரிதம் ஆகும், இது தரவுகளைப் படித்து தேடல் முடிவுகளை வழங்கும் ஒரு மாதிரியை உருவாக்குகிறது.

Chapter 5: Case Studies and Real-World Applications

அத்தியாயம் 5: வழக்கு ஆய்வுகள் மற்றும் நிஜ உலக பயன்பாடுகள்

நிஜ உலக சிக்கல்களைத் தீர்க்க அல்கோரிதங்களைப் பயன்படுத்துதல்

கணினி அறிவியலில், அல்கோரிதங்கள் என்பது ஒரு பிரச்சனையை தீர்க்கப் பயன்படும் செயல்முறைகள் ஆகும். அல்கோரிதங்கள் கணினிகள் மற்றும் மக்கள் இருவராலும் பயன்படுத்தப்படலாம்.

நிஜ உலக சிக்கல்கள் என்பது உண்மையான உலகில் உள்ள பிரச்சனைகள் ஆகும். இவை பல்வேறு வடிவங்களில் இருக்கலாம், எடுத்துக்காட்டாக, பொருட்களைப் பொருத்தல், போக்குவரத்து நெரிசலைக் குறைத்தல் அல்லது நோய்களைக் கண்டறிதல்.

அல்கோரிதங்கள் நிஜ உலக சிக்கல்களைத் தீர்க்கப் பயன்படுத்தப்படுகின்றன. அவை பல வழிகளில் பயனுள்ளதாக இருக்கும், எடுத்துக்காட்டாக, செயல்திறனை மேம்படுத்த, செலவுகளைக் குறைக்க அல்லது புதிய தகவல்களை உருவாக்க.

தேடுபொறிகள்

தேடுபொறிகள் என்பது இணையத்தில் உள்ள தகவல்களைக் கண்டறியப் பயன்படும் கருவிகள் ஆகும். தேடுபொறிகள் அல்கோரிதங்களைப் பயன்படுத்தி தகவல்களைத் தேடுகின்றன.

தேடுபொறிகள் நிஜ உலக சிக்கல்களைத் தீர்க்கப் பயன்படுத்தப்படுகின்றன. எடுத்துக்காட்டாக, தேடுபொறிகள் பயனர்களுக்குத் தேவையான தகவல்களைக் கண்டறிய உதவலாம், பொருட்களை வாங்க உதவலாம் அல்லது பயண திட்டங்களை உருவாக்க உதவலாம்.

சமூக வலைப்பின்னல்கள்

சமூக வலைப்பின்னல்கள் என்பது மக்களை இணைக்கப் பயன்படும் தளங்கள் ஆகும். சமூக வலைப்பின்னல்கள் அல்கோரிதங்களைப் பயன்படுத்தி பயனர்களுக்குத் தேவையான தகவல்களை வழங்குகின்றன.

சமூக வலைப்பின்னல்கள் நிஜ உலக சிக்கல்களைத் தீர்க்கப் பயன்படுத்தப்படுகின்றன. எடுத்துக்காட்டாக, சமூக வலைப்பின்னல்கள் பயனர்களுக்குத் தேவையான தகவல்களைக் கண்டறிய உதவலாம், மக்களைச் சந்திக்க உதவலாம் அல்லது நிகழ்வுகளை திட்டமிட உதவலாம்.

பரிந்துரை அமைப்புகள்

பரிந்துரை அமைப்புகள் என்பது பயனர்களுக்கு பொருத்தமான பொருட்களைப் பரிந்துரைக்கப் பயன்படும் அமைப்புகள் ஆகும். பரிந்துரை அமைப்புகள் அல்கோரிதங்களைப் பயன்படுத்தி பயனர்களின் ஆர்வங்கள் மற்றும் நடத்தைகளைப் பகுப்பாய்வு செய்கின்றன.

பரிந்துரை அமைப்புகள் நிஜ உலக சிக்கல்களைத் தீர்க்கப் பயன்படுத்தப்படுகின்றன. எடுத்துக்காட்டாக, பரிந்துரை அமைப்புகள் பயனர்களுக்குப் பிடித்த பொருட்களைக் கண்டறிய உதவலாம், விற்பனையை அதிகரிக்க உதவலாம் அல்லது பயனர் திருப்தியை மேம்படுத்த உதவலாம்.

அல்கோரிதங்களைப் பயன்படுத்தி நிஜ உலக சிக்கல்களைத் தீர்ப்பதற்கான சில எடுத்துக்காட்டுகள்

- கூகுள் தேடல்: கூகுள் தேடல் ஒரு பெரிய அளவிலான தரவுகளில் உள்ள தகவல்களைக் கண்டறியப் பயன்படுகிறது. கூகுள் தேடலின் பின்னணி இயந்திரம் ஒரு இயந்திர கற்றல் அல்கோரிதம் ஆகும், இது தரவுகளைப் படித்து தேடல் முடிவுகளை வழங்கும் ஒரு மாதிரியை உருவாக்குகிறது.

- பேஸ்புக்: பேஸ்புக் ஒரு சமூக வலைப்பின்னல் ஆகும். பேஸ்புக் பயனர்களுக்குத் தேவையான தகவல்களை

வழங்குவதற்கும், மக்களைச் சந்திக்க உதவுவதற்கும், நிகழ்வுகளை திட்டமிடுவதற்கும் அல்கோரிதங்களைப் பயன்படுத்துகிறது.

- நெட்ஃப்ளிக்ஸ்: நெட்ஃப்ளிக்ஸ் ஒரு வீடியோ ஓவர்-தி-டாப் (OTT) சேவை ஆகும். நெட்ஃப்ளிக்ஸ் பயனர்களுக்குப் பிடித்த வீடியோக்களைக் கண்டறிய உதவுவதற்கும், விற்பனையை அதிகரிக்க உதவுவதற்கும் அல்கோரிதங்களைப் பயன்படுத்துகிறது.

செயல்திறன் மற்றும் செயல்திறனுக்காக குறியீட்டை மேம்படுத்துதல்

கணினி அறிவியலில், செயல்திறன் என்பது ஒரு குறியீட்டின் வேகம் மற்றும் செயல்திறனைக் குறிக்கிறது. செயல்திறன் என்பது ஒரு குறியீட்டின் முக்கியமான அம்சமாகும், ஏனெனில் இது ஒரு பயன்பாட்டின் செயல்திறனை பாதிக்கும்.

செயல்திறனை மேம்படுத்த, குறியீட்டை மேம்படுத்துவதற்கான பல வழிகள் உள்ளன. இந்த வழிகள் பின்வருமாறு:

- அல்கோரிதம் மேம்பாடு: ஒரு குறியீட்டின் செயல்திறனை மேம்படுத்துவதற்கான சிறந்த வழியாகும். அல்கோரிதம் என்பது ஒரு பிரச்சனையை தீர்க்கப் பயன்படும் செயல்முறையாகும். ஒரு அல்கோரிதம் மேம்படுத்தப்பட்டால், அது பிரச்சனையை தீர்க்க குறைந்த நேரம் அல்லது வளங்களைப் பயன்படுத்தும்.

- தரவு அமைப்பு மேம்பாடு: ஒரு குறியீட்டின் செயல்திறனை மேம்படுத்த மற்றொரு சிறந்த வழியாகும். தரவு அமைப்பு என்பது தரவை சேமிக்க மற்றும் அணுகுவதற்கான ஒரு அமைப்பாகும். ஒரு தரவு அமைப்பு மேம்படுத்தப்பட்டால், அது தரவை

வேகமாகவும் திறம்படவும் சேமிக்கவும் அணுகவும் அனுமதிக்கும்.

- கணினி மொழி மேம்பாடு: ஒரு குறியீட்டின் செயல்திறனை மேம்படுத்தலாம். சில கணினி மொழிகள் மற்றவற்றை விட வேகமாக செயல்படுகின்றன. ஒரு குறியீட்டை வேகமாக செயல்படும் கணினி மொழியில் எழுதுவதன் மூலம், செயல்திறனை மேம்படுத்த முடியும்.

- கட்டமைப்பு மேம்பாடு: ஒரு குறியீட்டின் செயல்திறனை மேம்படுத்தலாம். ஒரு குறியீட்டை நன்றாக கட்டமைப்பதன் மூலம், அதை படிக்கவும் புரிந்துகொள்ளவும் எளிதாக்கலாம். இது குறியீட்டை பராமரிக்கவும் எளிதாக்கும், இது பிழைகளை சரிசெய்ய குறைந்த நேரம் அல்லது வளங்களைப் பயன்படுத்த அனுமதிக்கும்.

- நிரலாக்க நடைமுறை மேம்பாடு: ஒரு குறியீட்டின் செயல்திறனை மேம்படுத்தலாம். நிரலாக்க நடைமுறைகளைப் பின்பற்றுவதன் மூலம், குறியீட்டை திறம்பட எழுத முடியும். இது செயல்திறனை மேம்படுத்தவும், பிழைகளை குறைக்கவும் உதவும்.

செயல்திறன் மற்றும் செயல்திறனுக்காக குறியீட்டை மேம்படுத்துவதற்கான சில குறிப்பிட்ட உதவிக்குறிப்புகள் பின்வருமாறு:

- அதிகமான சுழற்சிகள் மற்றும் வரிசைப்படுத்தல்களைத் தவிர்க்கவும். சுழற்சிகள் மற்றும் வரிசைப்படுத்தல்கள் குறியீட்டின் வேகத்தை குறைக்கலாம்.

- பண்புகளைப் பயன்படுத்தவும். பண்புகள் குறியீட்டை சுருக்கமாகவும் எளிதாகவும் மாற்றும், இது செயல்திறனை மேம்படுத்த உதவும்.

- தொகுப்புகளைப் பயன்படுத்தவும். தொகுப்புகள் குறியீட்டை மீண்டும் மீண்டும் எழுதாமல் செயல்படுத்த அனுமதிக்கின்றன, இது செயல்திறனை மேம்படுத்த உதவும்.

- தரவு வகைகளைப் பயன்படுத்தவும். தரவு வகைகள் குறியீட்டை திறம்பட செயல்படுத்த அனுமதிக்கின்றன, இது செயல்திறனை மேம்படுத்த உதவும்.

- நிலையான குறியீட்டைப் பயன்படுத்தவும். நிலையான குறியீடு குறியீட்டை மீண்டும் மீண்டும் எழுதாமல் செயல்படுத்த அனுமதிக்கின்றன, இது செயல்திறனை மேம்படுத்த உதவும்.

* நிரல் சோதனைகளைச் செய்யவும். நிரல் சோதனைகள் பிழைகளைக் கண்டறிய உதவும், இது செயல்திறனை மேம்படுத்த உதவும்.

செயல்திறன் மற்றும் செயல்திறனுக்காக குறியீட்டை மேம்படுத்துவது ஒரு முக்கியமான பணி ஆகும்.

பணியிடத்திற்கான சரியான அல்கோரிதத்தைத் தேர்ந்தெடுப்பது

கணினி அறிவியலில், அல்கோரிதம் என்பது ஒரு பிரச்சனையை தீர்க்கப் பயன்படும் செயல்முறையாகும். அல்கோரிதங்கள் பல வகைகளில் உள்ளன, ஒவ்வொன்றும் வெவ்வேறு பிரச்சனைகளுக்கு ஏற்றது.

பணியிடத்திற்கான சரியான அல்கோரிதத்தைத் தேர்ந்தெடுப்பது என்பது ஒரு முக்கியமான பணி ஆகும். சரியான அல்கோரிதத்தைத் தேர்ந்தெடுப்பதன் மூலம், ஒரு பிரச்சனையை திறம்பட மற்றும் திறமையாக தீர்க்க முடியும்.

பணியிடத்திற்கான சரியான அல்கோரிதத்தைத் தேர்ந்தெடுக்கும்போது கவனத்தில் கொள்ள வேண்டிய சில காரணிகள் பின்வருமாறு:

- பிரச்சனையின் வகை: ஒவ்வொரு பிரச்சனைக்கும் தனித்துவமான தீர்வு தேவைப்படுகிறது. பிரச்சனையின் வகை என்ன என்பதை முதலில் புரிந்துகொள்வது முக்கியம்.

- பிரச்சனையின் நோக்கம்: பிரச்சனையின் நோக்கம் என்ன என்பதை புரிந்துகொள்வதும் முக்கியம். பிரச்சனையின் நோக்கம் துல்லியம், வேகம்

அல்லது செயல்திறன் ஆகியவற்றில் கவனம் செலுத்துகிறது.

- தரவுயின் அளவு: பிரச்சனையின் தரவு எவ்வளவு பெரியது என்பதை புரிந்துகொள்வது முக்கியம். தரவு பெரியதாக இருந்தால், வேகம் அல்லது செயல்திறனை மேம்படுத்தும் அல்கோரிதத்தைத் தேர்ந்தெடுப்பது அவசியம்.

- கணினியின் வளங்கள்: கணினியின் வளங்கள், குறிப்பாக நினைவகம் மற்றும் செயலாக்க சக்தி, கிடைக்கும் அளவு என்ன என்பதை புரிந்துகொள்வது முக்கியம். கணினியின் வளங்கள் குறைவாக இருந்தால், குறைவான வளங்களைப் பயன்படுத்தும் அல்கோரிதத்தைத் தேர்ந்தெடுப்பது அவசியம்.

- பிழைகளின் சாத்தியக்கூறு: பிரச்சனையின் துல்லியம் எவ்வளவு முக்கியம் என்பதை புரிந்துகொள்வது முக்கியம். பிரச்சனையின் துல்லியம் முக்கியமானதாக இருந்தால், குறைவான பிழைகளை உருவாக்கும் அல்கோரிதத்தைத் தேர்ந்தெடுப்பது அவசியம்.

பணியிடத்திற்கான சரியான அல்கோரிதத்தைத் தேர்ந்தெடுப்பதற்கான சில உதவிக்குறிப்புகள் பின்வருமாறு:

- பல்வேறு அல்கோரிதங்களைப் பற்றி ஆராய்ச்சி செய்யுங்கள். ஒவ்வொரு அல்கோரிதத்தின் நன்மைகள் மற்றும் தீமைகள் என்ன என்பதைப் புரிந்துகொள்வது அவசியம்.

- அல்கோரிதங்களின் செயல்திறனை சோதிக்கவும். ஒவ்வொரு அல்கோரிதத்தின் செயல்திறனைப் பற்றிய அறிவைப் பெறுவதற்கு, அதை ஒரு குறிப்பிட்ட பிரச்சனையில் சோதிக்க வேண்டும்.

- உங்கள் தேவைகளுக்கு சிறந்த அல்கோரிதத்தைத் தேர்ந்தெடுக்க நிபுணரின் ஆலோசனையைப் பெறுங்கள்.

பணியிடத்திற்கான சரியான அல்கோரிதத்தைத் தேர்ந்தெடுப்பது என்பது ஒரு சிக்கலான பணி ஆகும். இருப்பினும், இந்தக் காரணிகளை கவனத்தில் கொண்டு, சரியான அல்கோரிதத்தைத் தேர்ந்தெடுக்க முடியும்.

அல்கோரிதங்களின் நெறிமுறை பரிசீலனைகள் மற்றும் தாக்கங்கள்

கணினி அறிவியலில், அல்கோரிதம் என்பது ஒரு பிரச்சனையை தீர்க்கப் பயன்படும் செயல்முறையாகும். அல்கோரிதங்கள் நம் வாழ்வில் பல வழிகளில் பயன்படுத்தப்படுகின்றன, எடுத்துக்காட்டாக, தேடுபொறிகள், சமூக வலைப்பின்னல்கள் மற்றும் பரிந்துரை அமைப்புகள்.

அல்கோரிதங்கள் நமது வாழ்வில் பெரும் தாக்கத்தை ஏற்படுத்துகின்றன. இருப்பினும், அவை சில நெறிமுறை சிக்கல்களையும் எழுப்புகின்றன.

அல்கோரிதங்களின் நெறிமுறை பரிசீலனைகள்

அல்கோரிதங்களின் சில நெறிமுறை பரிசீலனைகள் பின்வருமாறு:

- நியாயமான தன்மை: அல்கோரிதங்கள் அனைவருக்கும் நியாயமாக இருக்க வேண்டும். அவை யாரையும் பாகுபாடு காட்டக்கூடாது.

- சுதந்திரம்: அல்கோரிதங்கள் மக்களின் சுதந்திரத்தைப் பாதுகாக்க வேண்டும். அவை மக்களின் செயல்களைக் கட்டுப்படுத்தக்கூடாது.

- தனியுரிமை: அல்கோரிதங்கள் மக்களின் தனியுரிமையைப் பாதுகாக்க வேண்டும். அவை மக்களின் தரவைத் தவறாகப் பயன்படுத்தக்கூடாது.

- பாதுகாப்பு: அல்கோரிதங்கள் பாதுகாப்பானவையாக இருக்க வேண்டும். அவை மக்களின் பாதுகாப்பை அச்சுறுத்தக்கூடாது.

அல்கோரிதங்களின் தாக்கங்கள்

அல்கோரிதங்கள் நம் வாழ்வில் பல வழிகளில் தாக்கத்தை ஏற்படுத்துகின்றன. சில நேரங்களில் இந்த தாக்கங்கள் நேர்மறையாக இருக்கும், ஆனால் சில நேரங்களில் அவை எதிர்மறையாக இருக்கும்.

நேர்மறையான தாக்கங்கள்

அல்கோரிதங்களின் சில நேர்மறையான தாக்கங்கள் பின்வருமாறு:

- தொழிநுட்பத்தின் முன்னேற்றம்: அல்கோரிதங்கள் தொழில்நுட்பத்தின் முன்னேற்றத்திற்கு பங்களிக்கின்றன. அவை புதிய தயாரிப்புகள் மற்றும் சேவைகளை உருவாக்க உதவுகின்றன.

- செயல்திறன் மற்றும் திறன் மேம்பாடு: அல்கோரிதங்கள் செயல்திறன் மற்றும் திறனை மேம்படுத்த உதவுகின்றன. அவை பணிகளை விரைவாகவும் திறமையாகவும் செய்ய உதவுகின்றன.

- தகவல் அணுகல்: அல்கோரிதங்கள் தகவல் அணுகலை மேம்படுத்துகின்றன. அவை பயனர்கள் தேவையான தகவல்களை எளிதாகக் கண்டுபிடிக்க உதவுகின்றன.

எதிர்மறையான தாக்கங்கள்

அல்கோரிதங்களின் சில எதிர்மறையான தாக்கங்கள் பின்வருமாறு:

- பாகுபாடு: அல்கோரிதங்கள் பாகுபாட்டை உருவாக்கலாம். அவை ஒரு குறிப்பிட்ட குழு அல்லது சமூகத்தை பாதிக்கலாம்.

- தகவல் திரட்டல்: அல்கோரிதங்கள் தகவல் திரட்டலுக்கு வழிவகுக்கும். அவை மக்களின் தரவைப் பற்றிய தகவல்களை சேகரிக்கலாம்.

- சார்பு: அல்கோரிதங்கள் சார்புகளை உருவாக்கலாம். அவை மக்களின் முடிவுகளைப் பாதிக்கலாம்.

அல்கோரிதங்களின் நெறிமுறை பரிசீலனைகள் மற்றும் தாக்கங்களைப் பற்றிய விழிப்புணர்வு அதிகரிக்க வேண்டும். அல்கோரிதங்களை உருவாக்குவது மற்றும் பயன்படுத்துவது குறித்து நெறிமுறை கொள்கைகளை உருவாக்க வேண்டும்.

அல்கோரித வளர்ச்சியில் எதிர்கால போக்குகள் மற்றும் முன்னேற்றங்கள்

கணினி அறிவியலில், அல்கோரிதம் என்பது ஒரு பிரச்சனையை தீர்க்கப் பயன்படும் செயல்முறையாகும். அல்கோரிதங்கள் நம் வாழ்வில் பல வழிகளில் பயன்படுத்தப்படுகின்றன, எடுத்துக்காட்டாக, தேடுபொறிகள், சமூக வலைப்பின்னல்கள் மற்றும் பரிந்துரை அமைப்புகள்.

அல்கோரித வளர்ச்சி என்பது ஒரு வேகமாக வளர்ந்து வரும் பகுதியாகும். புதிய அல்கோரிதங்கள் தொடர்ந்து உருவாக்கப்பட்டுக் கொண்டிருக்கின்றன, மேலும் ஏற்கனவே உள்ள அல்கோரிதங்கள் மேம்படுத்தப்படுகின்றன.

அல்கோரித வளர்ச்சியில் எதிர்கால போக்குகள் மற்றும் முன்னேற்றங்கள் பின்வருமாறு:

1. செயற்கை நுண்ணறிவு (AI)

AI என்பது அல்கோரித வளர்ச்சியில் மிகவும் முக்கியமான போக்குகளில் ஒன்றாகும். AI அல்கோரிதங்கள் தானாகவே கற்றுக்கொள்வதற்கும் தகவல்களைப் புரிந்துகொள்வதற்கும் வடிவமைக்கப்படுகின்றன. AI அல்கோரிதங்கள் இன்னும் வளர்ச்சியில் உள்ளன, ஆனால் அவை ஏற்கனவே பல துறைகளிலும்

தொழில்நுட்பங்களிலும் குறிப்பிடத்தக்க தாக்கத்தை ஏற்படுத்தியுள்ளன.

2. பெரிய தரவு (Big Data)

பெரிய தரவு என்பது அல்கோரித வளர்ச்சியில் மற்றொரு முக்கியமான போக்கு ஆகும். பெரிய தரவு என்பது மிகப்பெரிய அளவிலான தரவைக் குறிக்கிறது. பெரிய தரவு அல்கோரிதங்கள் இந்த தரவைப் பயன்படுத்தி சிக்கலான பிரச்சனைகளைத் தீர்க்க முடியும்.

3. கருவிகளின் மேம்பாடு

அல்கோரிதங்களை உருவாக்குவதற்கும் சோதிக்கவும் பயன்படுத்தப்படும் கருவிகள் தொடர்ந்து மேம்படுத்தப்படுகின்றன. இந்த கருவிகள் அல்கோரித வளர்ச்சியை வேகப்படுத்தவும் எளிதாக்கவும் உதவுகின்றன.

4. புதிய அல்கோரித வகைகள்

புதிய அல்கோரித வகைகள் தொடர்ந்து உருவாக்கப்பட்டுக் கொண்டிருக்கின்றன. இந்த புதிய அல்கோரிதங்கள் சிக்கலான பிரச்சனைகளைத் தீர்க்க உதவும் திறனைக் கொண்டுள்ளன.

5. அல்கோரிதங்களின் நெறிமுறைகள்

அல்கோரிதங்களின் நெறிமுறைகள் என்பது ஒரு முக்கியமான போக்கு ஆகும். அல்கோரிதங்கள் பாகுபாட்டை உருவாக்கலாம் அல்லது தகவல் திரட்டலுக்கு வழிவகுக்கலாம். அல்கோரிதங்களை உருவாக்குவது மற்றும் பயன்படுத்துவது குறித்து நெறிமுறை கொள்கைகளை உருவாக்க வேண்டியது அவசியம்.

அல்கோரித வளர்ச்சியில் எதிர்காலம் பிரகாசமாக உள்ளது. புதிய அல்கோரிதங்கள் தொடர்ந்து உருவாக்கப்பட்டுக் கொண்டிருக்கின்றன, மேலும் ஏற்கனவே உள்ள அல்கோரிதங்கள் மேம்படுத்தப்படுகின்றன. இந்த முன்னேற்றங்கள் நம் வாழ்வில் பல வழிகளில் தாக்கத்தை ஏற்படுத்தும்.